பச்சை இருளனின் சகா பொந்தன்மாடன்

தமிழ் - மலையாளச் சிறுகதைகள்

தொகுப்பாசிரியர் : கே.வி.ஷைலஜா

பச்சை இருளனின் சகா பொந்தன்மாடன்	:	தமிழ் - மலையாளச் சிறுகதைகள்
தொகுப்பாசிரியர்	:	கே.வி. ஷைலஜா
	:	© ஆசிரியருக்கு
முதற்பதிப்பு	:	டிசம்பர் 2003 (அகரம் பதிப்பகம்)
இரண்டாம் பதிப்பு	:	மே 2016
அட்டைப் புகைப்படம்	:	பினு பாஸ்கர்
வெளியீடு	:	வம்சி புக்ஸ்
		19, டி.எம்.சாரோன்,
		திருவண்ணாமலை - 606 601
		செல்: 9445870995, 04175 - 235806
அச்சாக்கம்	:	மணி ஆப்செட், சென்னை - 600 077
விலை	:	₹ 140/ -
ISBN	:	978-93-84598-16-7

Pachai Irulanin Saga Ponthan Maadan

	:	Tamil - Malayalam Short Stories
Editor	:	K.V. Shylaja
	:	© Author
First Edition	:	December 2003
Second Edition	:	May 2016
Cover Photo	:	Binu Basker
Published by	:	Vamsi books
		19.D.M.Saron,
		Tiruvannamalai - 606 601.
		9445870995, 04175 - 235806
Printed by	:	Mani Offset, Chennai - 600 077
	:	₹ 140 /-
ISBN	:	978-93-84598-16-7

www.vamsibooks.com - e-mail: vamsibooks@yahoo.com

என் பால்யங்களைக் கதைகளால் இட்டு நிரப்பிய
முத்திம்மாவின் நினைவுக்கும்...

கதை கேட்டு கதை சொல்லி கதையாய் முடிந்து போன
மகன் சிபியின் நினைவுக்கும்...

தமிழ் சிறுகதைகள்

1. பயணம் 15
2. இரண்டாவது மரணம் 28
3. சாதனம் 40
4. அரூப மிருகம் 53
5. பச்சை இருளன் 62
6. சுவாசத்தின் நிறம் 69
7. நுனி மீசையில் திறந்து கொள்ளும் நகைப்பு 74

மலையாளச் சிறுகதைகள்

1. பொந்தன்மாடன் 83
2. பாஞ்சாலி 93
3. பின்னால் யாரே ஒருவன் 99
4. ஹிக்விட்டா 112
5. காலடிச் சுவடுகள் 123
6. ஒரு நாளுக்கான வேலை 131
7. மாயலோகம் 140

நண்பர்களிடம் பேசிக் கொண்டிருந்த போது என் கணவர் பவா, மலையாள, தமிழ்ச் சிறுகதைகளைத் தொகுத்து இரண்டு மொழிகளிலும் புத்தகம் கொண்டுவர வேண்டும் என்று சொன்னார். அதை ஏன் நானே செய்யக்கூடாது என்ற ஆர்வம்தான் இந்தப் புத்தகத்தை உருவாக்கத் தூண்டியது.

தமிழில் தற்போது வந்து கொண்டிருக்கும் கதைகளில் இருந்து சிறந்த கதைகளைத் தேர்ந்தெடுத்திருக்கிறேன். ஆனால் மலையாளத்தில் நான் படித்த கதைகளில் சிறந்தது என்ற முறையில்தான் கதைத் தேர்வு நடந்திருக்கிறது. அதனால் அது பெரியதொரு காலவெளியை உள்ளடக்கியதாக இருக்கும். முதல் முதலாய் மண் பிசைந்து தட்டிக் கொட்டி பொம்மை செய்திருக்கிறேன். எப்படி இருக்கிறதென்ற உங்கள் விமர்சனத்தை எதிர்பார்க்கிறேன்.

கே.வி.ஷைலஜா
டிசம்பர். 2003

பத்து, பன்னிரெண்டு வருடங்களுக்குப் பிறகு மீண்டும் மறுபதிப்பு கொண்டுவரத் தோன்றியது. அதன் விளைவுதான் இந்தப் புத்தகம். இதற்குப் பிறகு இதில் எழுதிய படைப்பாளிகள் பயணித்த தூரம் அளவிட முடியாதது. அதில் என்றும் எனக்கு நிறைவும், மகிழ்ச்சியும்தான்.

கே.வி.ஷைலஜா
மே. 2016

நானும் ஆடும், அந்தப் பெண்ணும்

முப்பது ஆண்டுகளுக்கும் மேலாக, ஆடு ஒன்று என்னைத் தொடர்ந்து வந்துகொண்டே இருக்கிறது. ஆடு என்றா சொன்னேன்? ஆட்டுக்குட்டி என்றும்கூட நீங்கள் வைத்துக் கொள்ளலாம். மனிதப் பருவங்கள் மாதிரி, இளமையோ முதுமையோ ஆடுகளுக்கு இல்லை. அதுகளுக்கு ஒரு பருவம்தான். ஆடு என்பதான பருவம். ஆற்றங்கரையோர நாணல் பூக்கள் மாதிரி, என் ஆட்டின் ரோமம். சாயங்காலத்து மஞ்சள் வெயிலில் மினுங்கும் கண்கள். சதா வலிப்பு காட்டிக் கிண்டலாகச் சிரித்துக்கொண்டே இருப்பது போன்ற முகம். இந்த என் ஆடு, நான் நடந்தால், என் படுக்கையறையில், என் படிப்பறையில், சுகந்தரியமாகப் படுத்துக்கிடக்கும். ''நினைவில் காடுள்ள மிருகம்''' அல்ல அது. மனசில், பசிய தளிர்களும், பச்சை மனிதர்களையும் கொண்ட பிராணி அது.

நான் மிகுந்த பரிசுத்தனாகத் திரிந்த காலம் ஒன்று இருந்தது. அப்போது, என் புதுப் புத்தகப் பக்கங்களின் மூடிய இருளில், மயில் இறகுகள் இருந்தன. அவைகள் குட்டி போட்டன. என்னைச் சுற்றியும் நிறைய பேய்கள் உலாவின. கதவு இடுக்கில், மர உச்சியில், புளிய மர நிழல்களில் எல்லாம் பேய்கள். எந்தப் பேயும் எனக்குத் தொந்தரவு செய்தது இல்லை. அவைகள் எனக்குச் சிநேகிதங்கள். பரிசுத்தனாக நான் இருந்த வரைக்கும்தான் இவையெல்லாம். பள்ளிக்கூடம், படிப்பு, சோதனைக் குழாய்கள், மலிந்த விஞ்ஞானக் கூடம் எல்லாம் சேர்த்து என்னைத் தூய்மை இழக்கச் செய்தன. அதன் பிறகு, மயிலிறகு குட்டி போடுவதை நிறுத்திக் கொண்டது. பேய்கள், கோபித்துக்கொண்டு மலையேறிவிட்டன. இந்தக் கட்டத்தில்தான் எனக்கு ஆசுவாசம் செய்ததுபோல அந்தப் பெண் வந்து சேர்ந்தாள்.

கடற்கரையோரத்துப் பெண் அவள். இப்பொழுது நானும் ஆடும், அந்தப் பெண்ணும்.

ஆட்டுக்குப் பாத்துமாவோட ஆடு என்றும், அவளைக் கருத்தம்மே என்றும் பெயர் சூட்டி விளிக்கிறேன். இவர்களின் ஜனன பூமி பரசுராமனின் தேசம். ஆனால் வாழும் இடம் என் ஹிருதயம் அல்லவா?

ஒரு மலையாளியைவிடவும், அந்த மலையாள பூமி எனக்கு அதிகப் பரிச்சயம். அந்தத் தட்பவெப்பத்தை, ரண்டிடங்கழியின் மூலம் நான் அனுபவித்து இருக்கிறேன். மனிதர்கள் அனைவருமே, சுந்தரிகளும் சுந்தரன்மாரும்தான் என்பதை, இந்துலேகா முதல் பலரும் எனக்குச் சொல்லிக் கொடுத்தார்கள். மண் கவிச்சியை மழை நேரத்தில் முகரலாம். மீன் கவிச்சியைச் சமையலில் உணரலாம். மனிதக் கவிச்சியை எனக்குப் புத்தகங்கள்தான் அறிவுறுத்தின. என் வீட்டு அகலத் திண்ணையில், ஒரு தாத்தா எப்போதும் இருந்து கொண்டிருந்தார். இருமல் இல்லாத தாத்தா, அவர் பெயர் பஷீர். அந்தத் தாத்தாவை நான் நேசித்தேன். நேசிக்கத்தக்க மனிதன் அவர். அவரது அலமாரியின் தட்டுக்களில் எனக்கென்று ஆதிகாலத்து நாவல்களைச் சேர்த்து வைத்திருந்தவர் அவர். திகம்பரச் சாமியார் முதலாக, மண்ணாசைவரை அவர் தந்தது.

தஞ்சாவூர் அரண்மனையின் கீழ், அகலமான சிமெண்ட் மேடையில் இருந்துகொண்டு, கேசவதேவை, உருபை, காக்கநாடனை, லலிதாம்பிகையை, நானும் பிரகாஷும் வசப்படுத்திய காலங்கள் என்னிடம் நினைவுகளாய் உறைந்து கிடக்கின்றன. என் கரந்தை, குதிரை கட்டித் தெரு அறையில், சரத்பாபுவும் சிவராமகாரந்ததும், தகழியும், பஷீரும், மாஸ்தியும், டால்ஸ்டாயும், கார்க்கியும், என்னுடன் மெஸ்ஸில் உண்டு, என்னுடன் உறங்கி வாழ்ந்தார்கள்.

இப்போதும், எப்போதும் எனக்குத் தோன்றும் கருத்து என்று உண்டு. பூகோள சாஸ்திரத்தை வறட்டு தேசப்படங்களால், சென்ட்டிமீட்டர் மழை அளவுகளால், விஞ்ஞான வார்த்தைகளால், அசுத்தப் படுத்தப்படும் மண் வகைகளால், சொல்லிக் கொடுக்கவே முடியாது. எந்தப் பூமியைப் பற்றிச் சொல்ல வேண்டுமோ, அந்தப் பூமியின் இலக்கியங்களை முதலில் கற்றுத்

தர வேண்டும். வாசிக்கச் செய்ய வேண்டும். பிரான்ஸ் தேசத்து சீதோஷ்ண ஸ்திதியை, அல்மேரியாவின் வெயில் கடுமையை, காம்யுவின் அன்னியன் அன்றி வேறு எந்தப் புத்தகம் உணர்த்தமுடியும்? ரஷ்யக் குதிரைகளின் வியர்வை மணத்தை ஷோலகவ் அன்றி, எந்தப் புத்தகம் சொல்லத்தக்கது?

இலக்கியங்களே மனிதர்களைச் சரியாகச் சொல்வன. மண்ணை, வியர்வையை, விழாக்களை, நதிப் படுகைகளை, காதலை, நேசத்தை, பெண்களை, ஆண்களை, அலிகளைச் சரியாகப் புரியவைக்கும் காரணங்களும் கருவிகளும் இலக்கியங்களே ஆகும்.

ஒரு மொழியின் வளர்ச்சிக்கு மொழியாக்கம் மிக இன்றியமையாதது என்பதில் கருத்து வேறுபாடு இருக்க முடியாது. பிறமொழி இலக்கியம் நம் மொழிக்கு ஆகும்போது, அது மொழிபெயர்ப்பு மாத்திரம் அன்று. மாறாக அது மொழிக்கு ஆக்கமும் ஆகும். பாரதி, இதைச் சொன்னதோடு, தம் பங்காகத் தாகூரின் கதைகளை மொழியாக்கமும் செய்தார். தொல்காப்பியம்கூட, திசை இலக்கியங்களையும் வடமொழி இலக்கியத்தையும் வரவேற்கவே செய்தது. தண்டியின் அணி இலக்கணம், தமிழுக்குப புது வரவாயிற்று. காளிதாசன், தாந்தே, ஷேக்ஸ்பியர், டால்ஸ்டாய், ஹெமிங்வே, தாஸ்தாயெவஸ்கி முதலானவர்களை எம்மொழி தனக்காக்கிக் கொள்ளவில்லையோ, அம்மொழி உயர்மொழியாக இருக்க முடியாதது மட்டுமல்ல, உலகப் பேரிலக்கியங்களின் பரிச்சயம் அற்ற மொழி, உலகுக்கு பங்களிப்பு செய்வதும் சாத்தியம் அன்று. தமிழின் மிக உயர் படைப்பாளர்களான புதுமைப்பித்தன், கு.பா.ரா, தி.ஜானகிராமன், ஆர்.சண்முகசுந்தரம், சுந்தர ராமசாமி, அசோகமித்திரன் யாவருமே மொழி ஆக்கத்துக்குச் சிறந்த பணியாற்றியுள்ளார்கள். க.நா.சு., த.நா.குமாரசாமி சகோதரர்கள், டி.எஸ்.சொக்கலிங்கம், அ.கி.ஜெயராமன் சகோதரர்கள் செய்த பணி மிக அதிகம். சு.ரா. தகழியை தம் எழுத்து வாழ்க்கையின் தொடக்கக் காலத்திலேயே தமிழுக்கு அறிமுகம் செய்து வைத்துள்ளார். சௌரிராஜன், உருபை தமிழுக்குக் கொண்டு வந்தார்.

சுமார் அறுபத்தண்டுகளாய் மலையாளப் படைப்பாளர்கள் தமிழுக்கு வந்துள்ளார்கள். மலையாளத்தில் தொடக்க காலப் படைப்புகள், யதார்த்தவகை சார்ந்தவை. தமிழ்ப் படைப்பாளிகள் பலரும், அவ்வகைப் படைப்புகளை உருவாக்குவதில், மலையாளப் படைப்புகள் கணிசமாக உதவி இருக்கின்றன. இன்னுமொரு உண்மையையும் புரிந்துகொண்டு மேல் செல்வோம்.

எப்பொதெல்லாம், சிறந்த அயல் மொழிப் படைப்புகள், தமிழுக்கு அறிமுகம் செய்யப்படுகின்றனவோ, அப்போதெல்லாம், சுயமான தமிழ்ப் படைப்புகளின் தரமும் மேலோங்குகிறது.

கே.வி.ஷைலஜா, சில மலையாளக் கதைகளைத் தொகுத்து, இப்போது தமிழுக்குக் கொண்டு வந்துள்ளார். வித்தியாசமான சில மலையாளக் கதைகள் தமிழுக்கும், தமிழில் மிக முக்கியமான எழுத்தாளர்கள் மலையாளத்துக்கும் போக இருக்கிறார்கள், தராசு முள் பிசகாத பண்டமாற்று இது.

இந்தத் தொகுதிக்கு அவர் வைத்த பெயர், மிகுந்த அர்த்தம் பொருந்தியது. பச்சை இருளனின் சகா பொந்தன்மாடன். பச்சை இருளன், பவாசெல்லத்துரை எழுதிய தமிழ்க் கதையின் ஒரு பாத்திரம், பொந்தன்மாடன், ஸி.வி.ஸ்ரீராமனின் மலையாளக் கதையில் வரும் பாத்திரம். இருவருமே, சமூகத்தில் வகிக்கும் பாத்திரம் நிகர்த்தன்மை கொண்டது. இருவரின் வெளிகளும், காடு, மலை, மரம், தெருவின் இருண்டாகாரம் என்று சுருங்கிப் போவது. வளைந்த கரங்களின் சாட்டை நுனி, இருவரின் உடம்பிலும் தழும் பேற்றியுள்ளது. குளப்பாசிகள் மாதிரி சமூகத்தை மூடுபவர்கள் இவர்கள். இவர்களின் உணவு, எந்தச் சமையல் அறை வாணலிகளிலும் வறுபட்டதாய் இல்லை. அலைந்து திரியும் வேர்களைக் கொண்டவர்கள். துரதிருஷ்டவசமாக இவர்கள் மனிதர்கள்.

பால் சக்கரியாவின் கதை, இந்தத் தொகுப்பின் சிறப்பம்சம், பால் சக்கரியா, இன்றைய மிக முக்கியமான இந்திய எழுத்தாளர்களில் ஒருவர். கன்னடத்தோடு ஒப்பிட்டால், லங்கேஷ், சாந்திநாத் தேசாய் இவர்களுக்கு ஒப்பானவர். பாதையில் இறுகிய மௌனத்தை எழுதுவது, அசாதாரணக்

கலை. கல்லில் அனாவசியத்தைச் செதுக்கிவிட்டால், சிலை பிரத்யட்சம் ஆகும். கல்லோடு சிலையும் சிதைத்து, அதன் படிமத்தை மட்டும் காட்டி, படிமச் சட்டத்தின் அகத்தில், பூதாகாரப் பரிமாணங்களாகப் பால் சக்கரியாவின் கதைகள் விரிகின்றன.

மிகுந்த ஜாக்கிரதை உணர்வுடன் மலையாளக் கதைகள் தெரிவு செய்யப்பட்டுள்ளன. இவர்கள் நவீன எழுத்தாளர்கள் என்பது ஒன்று. நம் சமகாலத்தவர் என்பது மற்றொன்று. இவர்கள் தங்களுக்குகென்று புது மொழியைப் படைத்துக் கொண்டிருக்கிறார்கள் என்பதுதான் விசேஷம். சமுதாயத் துக்கங்கள் இவர்கள் எழுத்தானாலும், இவை காலாதீதமானவை. மனித அவலம் எல்லாச் சமூகத்துக்கும் சாஸ்வதம். இவர்கள் அனைவரும், இன்றை எழுதினாலும் இவர்களின் மாயப் பேனாக்கள், கடந்ததின் மையில் ஊறி, எதிரின் வெள்ளைத் திட்டுகளில் மையை உதறுகின்றன.

மனிதர்களின் கால்கள், நமக்கு கருவி மாத்திரம் அன்று, அவைகள் வேர்களும்கூட. வேர்கள், ஸ்திரப்பட்டு ஊர், நாடு, மொழி, இனம், என்கிற முகம் தந்தன. இது நாம் படித்த வாழ்க்கைப் புத்தகத்தின் பழைய பக்கங்கள். இன்றோ, சந்தைக் கூச்சலின் புதைச் சேற்றில், நம் தொண்டையின் மொழி முடங்கிப் போகிறது. மௌனமாய் நாம் உரையாட முடியவில்லை. விரல் நுனிகளை மீறி நகம் வளர்கிறது. கூர் நகம். கை குலுக்கலில் காயம், ரத்தம் கசிகிறது. கால்களின் கீழேயான ஓரடிச் சதுர நிலமும் பிடுங்கப்பட்டு, நம்மை அந்தரவாசிகளாக்குகிறது.

மணி பிளாண்ட் மாதிரியானது வாழ்க்கை. தொட்டியிலும், நீரிலும், காலி பல்புகளிலும் எங்கு வேண்டுமானாலும் நடப்படும் மணிப் பிளாண்ட் தாவரங்கள். சுவரிலும் பற்றிப்படர உத்தரவிடப்படுகிறது. கிள்ளியும் எறியப்படும் உங்கள் செடியை நீங்கள் வெட்டி எறியத் தடைபோடச் சட்டங்கள் இல்லை. இருந்தாலும் மீறுவோம். மீறப்பட என்றே சட்டங்கள் போடுவோம். மணி பிளாண்ட்கள் மற்றும் பெண்கள் ஒப்பிடலாம். வசதியாக, மணிபிளாண்ட்கள் பேசுவதில்லை. உத்தமம். பேசிவிட்டாலோ சுவர்களில் பூச்சு உதிர்கிறது. செங்கல் தெரிய ஸ்தாபனங்கள் கிறீச்சிடுகின்றன.

நாட்டுவைக்கப்பட்ட செடிகள் லூசியாக, கிருஷ்ணாவாக மற்றும் பெயர் தெரியாத கோடானுகோடிப் பெண்களாக, சரித்திரத்தின் முட்டுச்சந்தின் இருள் சந்துகளில் திகைத்து நிற்கிறார்கள். மிகச் சுலபமாக அவளை அவள் விலைக்கு விற்கக் கூப்பிடுகிறான். ஒருத்தியை அவள் ஜடம் என்று கொண்டு ஐந்து பேர் மிகச் சௌகர்யமாகப் பங்குபோட்டுக் கொள்கிறார்கள். ஆண்கள், கொடும் விஷம் சாப்பிட்டு நிம்மதி அடைகிறார்கள். லஞ்சம் வாங்கி, அஞ்சிச் சாகிறார்கள்.

விழித்தல், அவமானப்படல், திகைத்து நிற்றல், ஸ்தம்பித்து மயங்குதல், தப்பி ஓடுதல், உலக விளிம்புவரை ஓடுதல், பழிவாங்குதல், துரோகம் செய்தல், ரணங்களை ஏற்படுத்தி மகிழ்தல் எல்லாமாக, வாழ்க்கை, பதுங்கிப் பதுக்கி முன்னேறுகிறது. அல்லது டான்குயிக்சாட் மாதிரி பின்பயணிக்கிறது என்கின்றன இக்கதைகள்.

மிகவும் வித்தியாசமான கொதி நீரில் தேயிலைத் தூளோடு நாம் வேகிறோம். நம்மைப் பகடைக் காய்ச் சத்தங்களில், திரௌபதி போல, விற்க வைக்கிற கதைகள். அடிக்கடி பரணில் போட்டு மறந்து போன மரப்பாச்சிப் பொம்மைகள் நினைவின் அடுக்குகளில் தோய்கின்றன.

இந்தக் கதைகளின மொழியாக்க மொழி எனக்கு பிடித்திருக்கிறது. மொழியாக்க மொழி, மொழிபெயர்ப்பு என்று தெரியாத விதத்தில் இருக்க வேண்டும் என்ற கருத்தில் எனக்கு நம்பிக்கை இல்லை. வரிக்கு வரி, இது மொழிபெயர்ப்பு என்று மண்புழுவாய் முண்டும் மொழயே சிறந்தது என்பது என் உறுதியான கருத்து. மலையாளக் கதைகள். மலையாளத்தனம், அதன் பாவனை, அதன் அமைப்பு, விசேஷம் எல்லாம்தான் மொழிபெயர்ப்பு. நிரடல் இன்றி ஓடும் நதியோட்டமாக நடை மிளிர வேண்டும் என்று எதிர்பார்ப்பது பழமைத்தனம். வாழ்க்கையின் முகத்தில் கோரைப்பற்கள், விரல்கள் நீட்சியில் கொலையாயுதம்; சட்டைக்குக் கீழே கொதிக்கும் ரௌத்தம்; பொய்ம்மையை மறைக்கும் போலிப் புன்னகை; ஆனால் கதைகள், கதைகளின் மொழி மாத்திரம், தலை வாழை இலை மினுங்கலாய் என்பது எப்படிச் சாத்தியம்? தமிழோ, மலையாளமோ, வேறு எந்த மொழியுமோ, நேற்றுபோல் இன்று இல்லை. ஏனெனில் நேற்றைய

மனிதர் இன்றையர் அல்லர், இன்றையர் வாழ்க்கை நேற்றையது இல்லை, மொழி மட்டும் மாறக் கூடாது என்றால் சரியா? அதைத் தீர்மானிக்கிறவர் யார்?

முண்டும் முடிச்சுமான மொழியில் முண்டும் முடிச்சுமான கதைகளை, அதே அலைவரிசையில் மொழிபெயர்த்து இருக்கிறார்கள், மொழியாக்கியவர்கள். இது இவர்களின் கலை வெற்றி.

தொகுப்பாசிரியர் கே.வி.ஷைலஜா இத்தொகுப்பின் மூலம், மிக முக்கியமான கலாச்சாரப் பணியைச் சிறப்பாக நிறைவேற்றி இருக்கிறார். இதனால் விளைய இருக்கும் பயன்கள் பல. குறிப்பாக இரண்டு.

இக்கதைகளைப் படிக்க நேர்ந்த ஆரோக்யமான வாசகன், தன் தாய் மொழியிலும் இதே தரமான கதைகளை அவாவுவான். அவள் / அவன் தரமும் உயரும்.

இக்கதைகளை வாசிக்க நேர்ந்த தமிழ் எழுத்தாளர், தம் வளர்ச்சியில் அக்கறை உள்ளவர் எனில், அவர் முன் சத்தம் இல்லாத சவால் ஒன்று முளைக்கும். இக்கதைகளின் பரப்பைக் கடக்க அவர், முயற்சிகளை மேற்கொள்வார். எனில், அவருக்கு ஆத்மலாபம். அவர் மொழிக்கு உன்னதம் வரவாகும்.

தமிழ் பச்சை இருளனை, மலையாள மாடனின் சகாவாக மாற்றும் இம்முயற்சி, நம் தமிழ்ச் சூழலில் மிக அழுத்தமான விளைவுகளை ஏற்படுத்தும், என்று உறுதியாக நம்புகிறேன். அடுத்த உயிருடன் சகாவாதல் அன்றி ஜீவியத்தின் நோக்கம்தான் வேறு யாது?

தோழமையுடன்,

பிரபஞ்சன்

பயணம்

பாவண்ணன்

வாசலில் கத்தரிக்காய் நிறத்தில் கைனடிக் ஹோண்டா நிற்கிறது. அது நிற்பதற்காகவே ஒரு மேடைகூட கட்டப்பட்டுவிட்டது. இதற்கு முன்பு டி.வி.எஸ். சேம்ப் இருந்தது, அதற்கு முன்பு டி.வி.எஸ். காலம் நகர நகர வாகனமும் மாறிவிட்டது. எல்லாவற்றிக்கும் முன்பு ஒரு சைக்கிள் வைத்திருந்தேன். அப்போது இந்த வாகன மேடையும் இல்லை. வீடும் இல்லை. ஆனால் அந்த நினைவுகள் மட்டும் மீண்டும் மீண்டும் மோதிக் கொண்டிருக்கின்றன.

இருபது ஆண்டுகளுக்கும் முன்பு நடந்த சம்பவம், புற நகரில் ஒரு போஸ்ட் ஆபிஸில் வேலை செய்து கொண்டிருந்த காலம். வி.ஆர்.ராமனாதன், என் போஸ்ட் மாஸ்டர். நான் அவரை ''வெறி ராமனாதன்'' என்று சொல்வேன். வேலையில் ஒருவித அலுப்பு மூள அவரும் ஒரு காரணம். கசக்கிப் பிழிந்துகொண்டிருந்தார். ஆயிரம் பாஸ் புக்குகள் இருக்கும். அந்த நிமிஷமே என்ட்ரி ஆகவேண்டும் என்று கூறுவார். என் சுபாவத்துக்கும் அந்தச் சூழலுக்கும் சிறிதுகூட ஒத்து வரவில்லை. குடும்பச் சூழல் என் ராஜினாமா யோசனையைத் தள்ளித்தள்ளிப் போடவைத்தது.

எனது மூன்றாவது சம்பளத்தில் நான் ஒரு சைக்கிள் வாங்கினேன். நூற்றி எண்பது ரூபாய். ''என்னப்பா ஸ்வீட் இல்லையா?'' என்று கேட்டார் வெறி ராமனாதன். புதுச்சட்டை, புதுச்செருப்பு, புதுப் பேனா என்று புதுசாக எதைப் பார்த்தாலும் ''அவர் ஸ்வீட் இல்லையா?'' என்று அரித்துவிடுவார். கிருஷ்ண விலாஸிலிருந்து இனிப்பும் கொஞ்சம் காராபூந்தியும் காபியும் வாங்கித் தந்தால்தான் மனிதனுக்கு நிம்மதி.

விடுப்பு எடுக்கச் சர்ந்தர்ப்பம் கிடைத்த போதெல்லாம் நான் போஸ்ட் ஆபீஸில் இருந்து தப்பித்துக் கொண்டேன். சைக்கிளில் ஏறிப் புறப்படுவதுதான் என் பொழுதுபோக்கு. காற்று தழுவ ஓட்டத் தொடங்கியதுமே, அப்படியே ஒட்டிக் கொண்டே இருக்க வேண்டும் போலத் தோன்றும். தெரிந்த ஊர்கள். தெரியாத ஊர்கள் உல்லா இடங்களுக்கும் சைக்கிளிலேயே செல்வதுதான் என் அதிகபட்ச சந்தோஷம். இரண்டு கூட்டாளிகளைச் சேர்த்துக் கொண்டு கிருஷ்ண ராஜ சாகர் அணைக்கட்டு வரைக்கும் செல்வது ஐந்தாறு மாதத்துக்கு ஒருமுறையாவது நடக்கும். ஒருமுறை மகாபலிபுரம் சென்று வந்தோம். கன்யாகுமரி வரைக்கும் செல்வதற்காகப் போட்ட பிரயாணத்திற்குத்தான் கூட்டாளிகள் ஒத்துழைக்கவில்லை. ஆனால் என் தாகம் அடங்காத தாகம். என்னைத் தடுத்த குரல்களை அலட்சியப்படுத்திவிட்டுத் தன்னந்தனியே புறப்பட்டுவிட்டேன்.

ஹாசன் வழியாக மங்களூர் செல்ல வேண்டும் என்பது என் நீண்ட கால ஆசை. வழிநெடுக காடு, மலை அவற்றின் தோள்களில் என் சைக்கிளை உருட்டிச் செல்ல ஆர்வம் கொண்டிருந்தேன். வழக்கம் போலத் தடைகள், கிண்டல்கள், விமர்சனங்கள், குத்தல் பேச்சுகள். ''அடிக்கடி எதுக்குய்யா லீவ் எடுக்கற? சேத்து வச்சா, நாளபின்னால கல்யாணத்துக்கு ஒதவுமில்ல'' என்று புத்தி சொன்னார் போஸ்ட் மாஸ்டர். ''தாலி கட்ட ஒரு மணி நேரம் பர்மிஷன் போதும் சார்'' என்றேன். என் உதடுகளில் சிரிப்பு தேங்கி இருந்ததைக் கண்டு அவர் முகம் இறுகியது. ''பர்ஸ்ட் வீக். மொத்தம் நாலாயிரம் ஆர்.டி. வந்து மொச்சானுங்கன்னா எவன் பாக்கறது?'' என்று குரலைக் கடுமையாக்கினார் அவர். ''நீங்க அப்படியே பெண்டிங் வைங்க சார். க்ளார்க் லீவு. அப்புறமா

வந்து வாங்கிக்குங்கன்னு சொல்லிடுங்க. நானே வந்து போடறேன்'' என்று வழிவகுத்துக் கொடுத்தேன். அவர் மனபாரம் உடனே விலகிவிட்டது. ''சரி, சரி, காபி சொல்லு. கையெழுத்து போடுறன்'' என்று சலிப்புற்ற மாதிரி நடித்தார். ''மழ நாளாச்சே எங்களை போய்த்தான் ஆவணுமின்னா மகராஜனா போய்வா'' என்று அனுமதித்துவிட்டார்.

அதிகாலையிலேயே கிளம்பினேன். எல்லாவற்றையும் விட்டு விடுதலையாகி வந்திருப்பதில் மனம் உற்சாகமுற்றிருந்தது. தார் மின்னும் தரையில்கூட கானல் நீரைப் பார்க்க முடியும் என்பதை அன்றுதான் தெரிந்துகொண்டேன். நல்ல வெயில். தொலைவில் மரத்தின் நிழல், கருந்தாரில் ஒரு குளம்போலத் தெரிந்தது. நீர்ப்பரப்பு போலவே அதில் ஒரு மின்னல். பளீர் என்ற நெளிவு. நீர் அசைவது போல ஒரு தோற்றம். என் உடல் சிலிர்த்துவிட்டது. இரண்டு நாள்களில் ஹாசன் போய்ச் சேர்ந்துவிட்டேன்.

பகல் வெப்பத்தை ஈடுகட்டுகிற மாதிரி இரவில் கடும் மழை. விடியும்போது குளிரத் தொடங்கிவிட்டது. ஒரே இரவில் சொல்லி வைத்தமாதிரி பருவம் மாறிப் போனது. மழை நின்றபிறகு மறுநாள் பயணத்தைத் தொடங்கினேன். ஷக்லேஷ்புர் வரைக்கும் சிறுசிறு தூறல். முகத்தில் பன்னீர் தெளித்த மாதிரி இருந்த தூறலில் நனைவது கூடச் சந்தோஷமாக இருந்தது. நிற்காமலேயே சென்று கொண்டிருந்தேன். பெரிய இறக்கத்தில் இறங்கும்போது சைக்கிள் பஞ்சராகிவிட்டது. இந்தச் சங்கடத்தை நான் எதிர்பார்க்கவில்லை. பழுது பார்க்கிற கருவிகளும் காற்றடிக்கும் பம்பும் எப்போதும் கைவசம் இருப்பதுதான் வழக்கம். இந்தமுறை தன் வேலைக்காகக் கடன் வாங்கி எடுத்துச் சென்ற உறவுக்காரப் பையன் திரும்பித் தரவில்லை. தேடிப் போனபோது வீடு பூட்டிக் கிடந்தது. சரி, பார்த்துக் கொள்ளலாம் என்கிற தைரியத்தில் கிளம்பிவிட்டேன்.

சைக்கிளைத் தள்ளிக்கொண்டு நடந்தேன். சுற்றிலும் மரங்கள். எட்டுகிற உயரத்தில் பெரிய பெரிய பலாப்பழங்களின் தொங்கலாட்டம். அதற்குப்பின் தேக்கு மரங்கள். தாவும் குரங்குகள். ஒரு மரம் வேரோடு சாய்ந்து கிடந்தது. அடிவேரைச் சுற்றி ரத்தக் குட்டை போல சேற்றின்

தேக்கம். ஆள் சந்தடி எதுவும் கண்களில் படவில்லை. ஒரு விசித்திர உலகத்தின் ரகசிய பாதையில் நான் மட்டும் தனியே நடப்பதுபோல உணர்ந்தேன்.

ஒரே கணத்தில் வானம் இருண்டு மழை தொடங்கிவிட்டது. முற்றிலும் எதிர்பாராத மழை. முதலில் சற்றே கலவரப்பட்டு விட்டேன். குளிர்ந்த மழை முத்துகள் உடலில் விழும்போது கூச்சமாக இருந்தது. மறுநிமிடம் அதுவே சுகமாக மாறியது. உடல் முழுக்க குளிர் பரவியது.

எவ்வளவு தூரம் நடந்திருப்பேனோ, எனக்குத் தெரியாது. மழையின் வேகத்தையும் மீறி எழுந்த குரல் என்னைத் தடுத்து நிறுத்தியபோது பாதையோரம் ஒரு குடிசை தெரிந்தது. அதன் கதவுக்கருகிலிருந்துதான் அந்தச் சிறுவன் குரல் கொடுத்தான். நான் ''என்னையா?'' என்பதுபோல நின்று அவனையே பார்த்தேன். அவன் மறுபடியும் என்னைக் கன்னடத்தில் கூப்பிட்டான். நான் குடிசையை நோக்கிச் சென்றேன். சைக்கிளை நிறுத்திவிட்டு உள்ளே வரச் சொன்னான். மழை படாதவண்ணம் ஒதுங்கி இருகைகளாலும் உடலில் வழியும் தண்ணீரை வழித்து உதறினேன்.

''ரொம்ப நேரமா நனைஞ்சிட்டிங்கபோல. எங்கனா நின்னிருக்கலாம்ல''

அவன் என்னைப் பார்த்துச் சிரித்தான். உள்ளே போய் ஒரு துண்டு எடுத்து வந்து தந்தான். சைக்கிள் கேரியரில் இருந்து என் தோல் பையை எடுத்தான். அதன்மீது இருந்த நீரை அவனே வழித்து உதறி ஓரமாக வைத்தான். இதற்குள் உள்ளே இருந்த ஒரு நடுவயசுப் பெண் கதவருகே வந்து நின்றாள். ''அம்மா, பாவம்மா இவரு'' என்று என்னைக் காட்டி அவளிடம் சொன்னான் அச்சிறுவன். நான் திண்ணையில் ஓரமாக நின்று லுங்கி கட்டிக்கொண்டு பேண்ட்டை உருவி முறுக்கிப் பிழிந்து உதறினேன்.

பேசக் காத்திருந்த மாதிரி அச்சிறுவன் உற்சாகமாய் கேள்விகளைத் தொடுக்க ஆரம்பித்தான்.

''பஞ்சர் வண்டின்னு தெரியாம எடுத்தாந்துட்டிங்களா?''

‘‘இல்ல, வழியில்தான் பஞ்சராய்டுச்சி’’ வழியில் இருந்த நீண்ட இறக்கத்தைப் பற்றிச் சொன்னேன்.

‘‘அந்த எடமே சுத்த மோசம்தான். நெறய கல்லு, பாத்து வரணும்’’ பெரிய அனுபவஸ்தன்போலச் சொன்னான்.

‘‘எந்த ஊர்லேர்ந்து வரீங்க?’’

‘‘பெங்களூர்’’

‘‘சைக்கிள்லேவா..?’’

‘‘ம்’’

அவனால் நம்ப முடியவில்லை. நம்பாமல் இருக்கவும் முடியவில்லை. மீண்டும் மீண்டும் கேட்டான். அவன் கண்களில் புதுவித வெளிச்சம். மழையில் நனைந்து கொண்டிருந்த சைக்கிளை எட்டித் தொட்டான்.

‘‘எவளோ தூரம் இருக்கும் பெங்களூரு?’’

‘‘எரநூறு மைலு’’

‘‘எரநூறு மைலுமா மெதிச்சிகிட்டு வரீங்க’’

அவன் புருவம் உயர்ந்தது. ஏதோ ஒரு அதிசயத்தைக் கண்டது போல அவன் மனமும் குரலும் குழையத் தொடங்கின.

அந்தப் பெண் மீண்டும் வந்து உள்ளே வரச் சொல்லிக் கூப்பிட்டாள். நானும் அச்சிறுவனும் உள்ளே சென்றோம். அவரசமாய் அவள் பழம் பாய் ஒன்றை விரித்தாள்.

‘‘சைக்கிள்ல அவ்ளோ தூரம் போவலாமா?’’

‘‘போவலாமே. அதுல என்ன தப்பு. நான் கன்யாகுமரிக்கே சைக்கிள்ல போயிருக்கேன்’’

அவன் ஆச்சரியம் ததும்ப என்னைப் பார்த்தான்.

‘‘நெஜமாகவா?’’

''ம்''

''டில்லிக்குப் போவ முடியுமா?''

''ம்''

''இமயமலைக்கு...?''

''ம்''

''பம்பாய்க்கு..?''

''ம்''

''பாகிஸ்தானுக்கு...?''

''ம்''

''முடியுமா?''

''ஏன் முடியாது. மனுஷனால முடியாதது எது இருக்குது. மனசு வச்சா எங்க வேணும்னாலும் போய் வரலாம்''

வாய் பிளந்து நின்றவன் முகம் திடுமெனச் சுண்டியது. கரகரத்த குரலில் சொல்லத் தொடங்கினான்.

''எனக்கும் சைக்கிள்னா ரொம்ப ஆசை. ஆனா அம்மா வாங்கித் தரமாட்டறாங்க'' என்றான் அம்மாவின் பக்கம் கையைக் காட்டியபடி.

''ஏம்பா, வாய வச்சிக்னு சும்மா இருக்க முடியலயா?'' என்றாள் அவள். சிறுவன் குனிந்துகொண்டான். எனக்கு நொடியில் நிலைமை புரிந்தது. ''இல்லப்பா, நீ ரொம்ப சின்னப் பையன் இல்லயா, ஓட்டறது கஷ்டமா இருக்கும். பெரியவனாய்ட்டா அம்மா வாங்கித் தருவாங்க. எங்க அம்மாகூட பெரியவனாய்ட்ட பிறகுதான் வாங்கித் தந்தாங்க'' என்றேன். அந்தப் பதில் அவனுக்கு மனநிறைவாக இருந்தது. ''அப்படியாம்மா?'' என்று தன் அம்மாவைப் பார்த்தான் அச்சிறுவன். அவள் ''ம்'' என்று சொல்லி விட்டு உள்ளே சென்றாள்.

''உனக்கு ஓட்டத் தெரியுமா?''

"குரங்குப் பெடல் போட்டுத்தான் ஓட்டுவேன்"

"மழை நிக்கட்டும். நா கத்துத் குடுக்கறேன்"

அவன் சந்தோஷமாய் தலையை அசைத்துக் கொண்டான். உடனே அவன் தனக்குத் தெரிந்த சைக்கிள் பயிற்சியைப் பற்றி சொல்லத் தொடங்கினான்.

"அரசிக்கெரேல மாமா வீடு இருக்குது. அங்கதான் சைக்கிள் கத்துக்கிட்டேன். ஆனா மாமா ரொம்பக் கண்டிப்பு. அவர் இல்லாத நேரத்தில்தான் சைக்கிளைத் தொட முடியும்"

"அவனுக்கு இந்த உலகமே மறந்துவிட்டது. சைக்கிள் ஹேண்ட்பார்கள் சுழன்றன. அவற்றைப் பிடித்துக் கொண்டு தோளை அசைத்து அசைத்து ஓரம்பார்த்து ஓட்டினான். வாயாலேயே சைக்கிள் ஓடும் சத்தத்தைக் கொடுத்தான். கண்ணுக்குப் புலப்படாமல் எதிரே வந்து கொண்டிருந்த ஒரு பஸ்சுக்கு வழிவிட்டு மீண்டும் பாதையில் இறக்கிவிட்டு ஓட்டத் தொடங்கினான். மிதிக்கிற மாதிரி காற்றில் கால்கள் அலைபாய கண்கள் சாலையில் பதிந்திருந்தன. நான் உடனே விளையாட்டாக ப்ரேக் ப்ரேக் என்று கத்தினேன். அவன் சிரித்து விட்டான். பல வருஷகாலம் ஒன்றாய் பழகியது போல என்னிடம் நெருக்கமாகி விட்டான்."

அச்சிறுவனின் தாய் இரண்டு கோப்பைகளில் வெறும் டிகாஷன் டீ போட்டு வந்து தந்தாள். நான் அவளை நன்றியோடு பார்த்தேன். அவளோடு பேச்சைத் தொடங்கலாமா, வேண்டாமா என்று தெரியாமல் விழித்தேன். எது நாகரிகமாக இருக்கும் என்று அக்கணத்தில் உடனடியாக முடிவெடுக்க இயலவில்லை.

டிகாஷன் குடித்து முடித்த பின்பு தரையைப் பார்த்தபடி நான் என்னைப் பற்றிச் சொன்னேன். முதலில் என் பிரயாண ஆசையை விவரித்தேன். அவள் வியப்போடு என்னைப் பார்த்தாள்.

"அவன் மாதிரியே இருக்கறீங்க. அவனுக்கும் இப்படித்தான். எப்பப் பார்த்தாலும் ஊரச் சுத்திட்டே இருக்கணும். சுத்திச் சுத்தி என்னத்தச் சாதிக்கப் போறானோ?"

''ஒரு அனுபவம்தான்''

அவள் சட்டென என் பக்கம் திரும்பினாள்.

''அப்ப சோத்துக்கு? எல்லாம் கொட்டி வச்சிருந்தா சுத்தலாம்''

ஒரு கணம் மௌனம். என் முகம் சுண்டி தடுமாற்றம் கொண்டதைக் கண்டு அவள் வருத்தமுற்றாள். பிறகு மெல்லிய குரலில் தாம் இருவர் மட்டுமே மலை அடிவாரத்தில் ஓர் இடத்தில் விவசாயம் செய்து சாப்பிடுவதாகவும் சொன்னாள். புருஷன் இறந்து மூன்று வருஷம் ஓடிவிட்டது என்றும் சொன்னாள்.

மழை சிறிது நேரம் கூட விடாமல் தொடர்ந்து பொழிந்தது. இப்படியோரு இருப்பத்தி நாலு மணி நேர மழையை நான் எப்போதும் பார்த்ததே இல்லை. நான் அங்கே தங்குவது தவிர்க்க முடியாததாகி விட்டது. சிறுவன் தன் மனசிலிருந்த பெங்களூர்ச் சித்திரங்களை என்னிடம் சொல்லி சரியா என்று கேட்டான். லால்பாக், கப்பன் பார்க், நேஷனல் பார்க் பற்றிய அவன் கனவுகள் எனக்கு ஆச்சரியமாக இருந்தன. எம்.ஜி.ரோடு கட்டடங்களின் பிரம்மாண்டம் பற்றியும் அல்சூர் ஏரி பற்றியும் அதில் ஓடும் படகுகள் பற்றியும் அவன் சொல்லிக்கொண்டே இருந்தான்.

''என்னக்காவது ஒரு நாளு பாப்பன் சார்'' என்று சபதம் எடுப்பது போல என்னிடம் சொன்னான். ''நிச்சயமாக பாக்கலாம்'' என்று நானும் தாளமிட்டேன். அந்த நிமிஷமே அவனை என்னோடு பெங்களூருக்கு அழைத்துச் சென்றுவிட்டால் என்ன என்று தோன்றியது. சிறிது நேரத்திற்குப் பிறகு ''உங்கள் மாதிரியே சைக்கிள்ல போவேன் சார்'' என்றான். அவன் கண்களில் ஒளி வீசின. இரவு வேளைக்கு அவன் அம்மா வந்து சாப்பிடக் கூப்பிட்டாள். கருவாட்டுக்குழம்பு. கேழ்வரகுக் களியை உருட்டி வைத்திருந்தாள். ருசியான சமையல், ''என்னால ரொம்ப தொந்தரவு ஒங்களுக்கு'' என்றேன் நான். ''அதெல்லாம் ஒண்ணுமில்ல'' என்று சிரித்தாள் அவள்.

அச்சிறுவன் என்னோடு சுவரோரம் படுத்துக் கொண்டான். என்னிடம் கதை கேட்கத் தொடங்கினான். நான் சுற்றிய ஊர்களைப் பற்றியும் பார்த்த

மனிதர்களைப் பற்றியும் கேட்டான். நான் என் சிறுவயசுக் காலத்தை எண்ணியபடி எல்லாவற்றையும் சொன்னேன். என் சின்ன வயதின் பிம்பமாக அவன் இருப்பது எனக்கு ஆனந்தமாக இருந்தது. காலம் காலமாக நீண்டு வரும் ஒரு பித்துச் சரடு என்னைக் கோர்த்துக் கொண்டு அவன் வழியாக நீள்வது போல இருந்தது.

விடிந்தபோது மழை விட்டிருந்தது. சிறுவன் எனக்கு முன்னால் எழுந்து சைக்கிள் அருகில் நின்றிருந்தான். காற்று இறங்கிப் போன சக்கரத்தைக் கையால் சுற்றிக் கொண்டிருந்தான். என்னைப் பார்த்ததும் சிரித்தான். சக்கரக் கம்பியில் சிவப்பான துண்டுத் துணி ஒன்றைக் கட்டிவிட்டு அது மேலும் கீழும் சுற்றி வருவதை ஓட்டிக் காட்டினான். நான் சிரித்தேன்.

''மொதல்ல பஞ்சர் ஒட்டணும் இதுக்கு'' என்றேன்.

''பக்கத்தூர்ல சந்திரே கௌடா சைக்கிள் ஸ்டோர் வச்சிருக்காரு. அவர்கிட்ட போவலாம்''

சைக்கிளைத் தள்ளிவர அவனே முன் வந்தான். அவன் கைகள் பழகிய ஒரு நாய்க்குட்டியின் கால்களைப் பற்றுவது போல சைக்கிள் ஹேண்ட் பார்களைப் பற்றின. சைக்கிள் பழுதற்றிருக்கும் பட்சத்தில் ஏறிப் பறந்துவிடுவான் போலத் தோன்றியது. மணியை அழுத்திச் சத்தமெழுப்பிக் கொண்டே வந்தான்.

வாசலில் உட்கார்ந்து டீ பருகிக் கொண்டிருந்தார் சந்திரே கௌடா. சிறுவன் அவர் முன் சைக்கிளை நிறுத்தினான். சேற்றின் செந்நிறம் சக்கரம் முழுக்க அப்பி இருந்தது. யாரும் சொல்லாமலே சிறுவன் ஒரு வாளித் தண்ணீரை எடுத்து வந்து நன்றாகக் கழுவினான். கொஞ்சம் தள்ளி நின்று பார்த்து தனக்குத்தானே திருப்தியுற்றான்.

என்னைப் பற்றி விசாரித்தபடியே பஞ்சர் பார்த்து ஒட்டினார். இரண்டு இடங்களில் கல் பொத்திருந்தது. டியூபைப் பொருத்தி நன்கு காற்றடைத்துத் தந்தார். நான் கொடுத்த பணத்தை நன்றியுடன் வாங்கிக் கொண்டார்.

வரும்போது அவனை சைக்கிளில் ஏறி ஓட்டி வரும்படி சொன்னேன். அவன் ஆனந்தத்துக்கு அளவே இல்லை. குரங்குப் பெடலில் தெத்தித்

தெத்தி ஓட்டினான். அவனைப் பிடித்து நிறுத்தி சீட்டில் உட்கார வைத்து முதுகை வளைக்காமல் இருக்கும்படி சொன்னேன். கால்கள் ஓரளவுதான் எட்டியும் எட்டாமலும் இருந்தன. தடுமாறினான். கால் எட்டாமல் போகும்போது இடுப்பை அதிகமாக வளைத்து விழுந்தான்.

ஏறத்தாழ இரண்டு மணி நேரம் ஓட்டிக் கொண்டிருந்துவிட்டு திரும்பினோம். அவள் சூடாக அவல் வறுத்துத் தந்தாள். சாப்பிட்டுக் கொண்டிருக்கும் போதே மழை பிடித்து விட்டது. சிறுவன் மழையைச் சபித்தான். வருத்தம் குரலிலும் முகத்திலும் வழிந்தது.

''படிக்க வய்க்கலயா இவன?''

நான் அவளிடம் கேட்டேன்.

''அவரு உயிரோடு இருக்கும்போது போனான். அஞ்சாவது வரிக்கும் படிச்சான். இப்ப நானும் அவனும்தான் வயலப் பாத்துக்கறோம்''

சற்று நேரம் மௌனமாய்க் கழிந்தது.

''சொந்த ஊரே பெங்களூரா?''

''அப்பாவும் தாத்தாவும் அந்தக் காலத்துல மைசூர் டேம் கட்ட வந்தவங்க. அப்புறம் பெங்களூர்லயே இருந்துட்டம்''

''மெட்ராஸ்ல எம்.ஜி.ஆர். ஏழைக்கெல்லாம் வாரி வாரிக் கொடுக்கறாராமே. கன்னடக்காரங்க, எங்களுக்குத் தருவாரா?''

எனக்கு பதில் சொல்லத் தடுமாற்றமாய் இருந்தது. எங்கிருந்தோ பேச்சு மாறிவிட்டது என்று தோன்றியது. நான் ஒருவித இயலாமையோடு அவளைப் பார்த்தேன்.

''அந்த அளவுக்கு எனக்கு யாரயும் தெரியாது''

''சரி... சரி... நீங்க அதுக்காகச் சங்கடப்படாதீங்க''

மழை நின்றதும் நான் கிளம்பிவிட நினைத்தேன். ஆனால் சிறுவன் ''எனக்கு நல்லா ஓட்டக் கத்துத்தரன்னுதான் சொன்னீங்க. எல்லாம் பொய்தானா?'' என்று மடக்கினான்.

மழை நின்றபிறகு அவனை அழைத்துக்கொண்டு வெளியே போனேன். சைக்கிளை ஓட்டிக்கொண்டே இருக்க வேண்டும் என்று அவன் ஆசைப்பட்டான். கால் எட்டுகிறதா இல்லையா என்று அடிக்கடி தலை குனிந்து பார்த்தான். அதுதான் ஒரே குறை, மற்றபடி இடுப்பு படிந்துவிட்டது.

"சைக்கிள் ஓட்டற மாதிரியே இல்ல. ஏதோ றெக்கை கட்டிப் பறக்கற மாதிரி இருக்குது. ஒரு உலகத்திலேந்து இன்னொரு உலகத்துக்குள்ள போவறமாதிரி இருக்குது" என்றான். அவன் கண்களைப் பார்க்க எனக்கு சந்தோஷமாக இருந்தது.

நண்பகலில் மீண்டும் மழை தொடங்கியது. சாயங்காலம்தான் நின்றது. "நான் கிளம்பட்டுமா" என்றேன். அச்சிறுவன் முகம் போன போக்கு சரியில்லை. "வழியில் மறுபடியும் பேஞ்சா என்ன செய்வீங்க?" என்றான். "எல்லாம் சமாளிச்சிக்குவேன்" என்றேன். அவனும் அவன் அம்மாவும் தடுத்தார்கள். இரவு முழுக்க சிறுவனிடம் சைக்கிள் பிரயாண அனுபவங்களைப் பகிர்ந்து கொண்டேன்.

"விடிஞ்சதும் நானும் உங்களோடு வரட்டுமா?"

"ம்" என்று உற்சாகமூட்டினேன்.

"அரசிக்கெரேயில என்ன விட்டுடுங்க. மாமா வீட்டுல ரெண்டு நாள் இருந்துட்டுத் திரும்பிடுவேன்"

விடிந்தபோது மழை விட்டிருந்தது. நான் எழுந்து பல் துலக்கி உடை மாற்றினேன். அறைக்குள்ளே உலர்த்திய ஈரத்துண்டை மடித்து பைக்குள் வைத்துக் கொண்டேன். அவளுக்குக் கொஞ்சம் பணம் தரலாமா என்று தோன்றிய எண்ணத்தை உடனடியாய் விலக்கினேன். எதுவும் தராமலிருப்பதுவும் சங்கடமாய் இருந்தது. விடை பெற்றுக் கொள்ளும்போது மனசில் ஊமைவலி எழுந்தது. சிறுவன் மிகவும் வாதாடி என்னுடன் வருவதற்கு அவளிடம் அனுமதி பெற்றுவிட்டான். அவள் மீண்டும் "பத்தரம் பத்தரம்" என்று திரும்பத் திரும்பச் சொன்னாள். அவள் அக்கறையையும் கவலையையும் என்னால் புரிந்து கொள்ள முடிந்தது. சிறுவன் ஐந்து நிமிஷத்தில் ஒரு பழைய பையில் தன் மாற்றாடைகளை

வைத்துக்கொண்டு சைக்கிள் அருகே நின்றான். அவனே ஓட்டப்போவது போலவும் எனக்காகக் காத்திருப்பது போலவும் இருந்தது அவன் தோற்றம்.

நாங்கள் புறப்பட்டோம். அவன் பின்னால் கேரியரில் உட்கார்ந்து கொண்டான். அந்தச் சூழல் மிகவும் மகிழ்ச்சியூட்டுவதாக இருந்தது. பெரிய பெரிய மரங்கள். குன்றுகள். எங்கோ நழுவிச் செல்லும் ஓடைகள். கண்முன்னே நீண்ட விரிந்த பாதை. சிறுவன் பேசியபடி வந்தான். மிகவும் தயங்கி ‘‘நா கொஞ்சம் ஓட்டட்டுமா?’’ என்றான். நான் இறங்கி சிறிது நேரம் அவனிடம் தந்தேன். கொஞ்ச தூரம் போய்விட்டு மீண்டும் வருமாறு சொல்லிவிட்டு ஒரு மரத்தடியில் உட்கார்ந்தேன். ரொம்பவும் பழகியவன்போல சைக்கிளில் ஏறி மிதித்தான். கூவும் பறவைகளின் குரல்களைப் பிரித்தறிய முயற்சித்து முயற்சித்துத் தோற்றுக் கொண்டிருந்தேன்.

அவன் திரும்பி வந்ததும் எங்கள் பயணம் தொடர்ந்தது. பத்துப் பதிணைந்து மைலுக்கப்புறம் மீண்டும் அவன் ஓட்டினான். வழியில் ஓட்டல் ஒன்றில் சாப்பிட்டோம். அங்கு கோயில் ஒன்றிருந்தது. அதைச் சுற்றிப் பார்த்துவிட்டு மீண்டும் புறப்பட்டோம். இடையில் சிறுசிறு தூரம் அவனும் ஓட்டினான்.

அரசிக்கெரே நெருங்கியதும் வீடுகள் தென்பட்டன. வாகனங்களும் மனித நடமாட்டமும் தெரிந்தன. மூன்று நாட்களுக்கு அப்புறம் மனிதர்கள் நடமாட்டத்தைப் பார்த்தபோது மனம் கிளர்ச்சியுற்றது.

‘‘இன்னம் கொஞ்ச தூரம்தான் எங்க மாமா வீடு. எங்க மாமா வீடு வரிக்கும் நானே சைக்கிள்ல போய் வரட்டா. கொஞ்ச நேரம் அவுங்க சைக்கிளத் தொட்டுட்டா என்னா கத்து கத்துவாங்க தெரிமா? இப்ப அவங்க முன்னால நான் போய் எறங்கனதுமே அதிசயப்படுவாங்க. போய் வரட்டா?’’

அவன் உற்சாகத்தைக் குலைக்க விருப்பம்மில்லை. சரி என்றேன். பாத்து பாத்து என்ற எச்சரிப்பதற்குள் அவன் பறந்து விட்டான். நான் ஒரு டீ கடையில் டீ குடிக்கச் சென்றேன். குடித்து வெளியே வந்து அவனுக்காகக் காத்திருந்தேன்.

சாலை மிகவும் பரபரப்பாக இருந்தது. வேக வேகமாய்ச் செல்லும் வாகனங்கள். சைக்கிள் ரிக்ஷாக்கள். மஞ்சள் துணி போர்த்திய ஆட்டோக்கள். லாரிகள். சிக்னல் கம்பங்களில் மாறி மாறி விளக்கு எரிந்துகொண்டிருந்தது. இருபுறமும் ஜன நடமாட்டம். நான் சட்டென அச்சிறுவனைப் பற்றி யோசித்தேன். அவன் குடும்பம், அவன் ஆசை, அவன் வேகம் எல்லாமே மனசில் அலைமோதின. சட்டென ஒரு முடிவெடுத்தேன். அவசரமாய்த் தெரு மூலை வரைக்கும் பார்த்தேன். அவன் முகம் தெரிவதுபோல இருந்தது. என்னைப் பார்த்துப் பெருமிதமாய் அவன் சிரிப்பது போலவும் இருந்தது. எதிர்பாராதவிதமாக முன்னால் வந்து நின்ற ஹாசன் பஸ்ஸில் சட்டென்று ஏறி உட்கார்ந்து விட்டேன். வண்டியும் உடனே கிளம்பிவிட்டது.

இரண்டாவது மரணம்

ஜீ. முருகன்

அவனைத் தேடி அவனுடைய சகோதரன் வந்துவிட்டுப் போனதாக அலுவலகத்தில் சொன்னதும் குழம்பிப் போனான்.

வீட்டுக்கு வரச்சொல்லி தன்னுடைய விலாசத்தை வேறு ஒரு சீட்டில் எழுதிக் கொடுத்துவிட்டுப் போயிருந்தார்.

வேறு யாரையோ தேடி வந்திருக்க வேண்டுமென்று அவன் சொன்னான். இவனுடைய ஊர், பேர், விலாசம் அத்தைனையையும் அவர் குறிப்பிட்டுச் சொல்லியிருக்கிறார்.

அவனுக்கு உடன்பிறந்த சகோதரர்கள் யாரும் இல்லை. இருந்த ஒரே தம்பியும் பத்து வருஷங்களுக்கு முன்பே இறந்துபோய் விட்டான். தூரத்து உறவில்கூட அப்படி யாரும் இந்த நகரத்தில் வசிப்பதாக அவனுக்குத் தெரியவில்லை. எந்த சொந்தபந்தக் கொடிகளும் எட்டாத தூரத்திலிருக்கிற நகரமிது. யார் அவனைத் தேடிவந்திருக்க முடியும்?

அலுவலகத்தைவிட்டு குழப்பத்துடனேயே புறப்பட்டான். அழைப்புச் சீட்டுகளுடன் வீடுகளைக் கண்டுபிடித்து பழுதான டிவிக்களை சரிசெய்து தருவது அவனுக்கு வேலை. ஆறு வருஷங்கள் கழிந்துவிட்டன, இந்த

வேலையை மேற்கொண்டு. இந்த நகரம் முழுக்க அவனுக்கு அத்துப்படி. இதுநாள்வரை ஒரு உறவினைக்கூட இங்கே அவன் சந்தித்ததில்லை.

அர்ஜுனன் என்ற பெயரில் எனக்கொரு சகோதரன் இந்த நகத்தில் இருக்கிறான். வண்டியை ஓரமாக நிறுத்திவிட்டு திரும்பவும் அந்த விலாசத்தைப் பாரத்தான். அவனுடைய அறையிலிருந்து பக்கம்தான். நடந்தேகூட அங்கே போய்விடலாம்.

அவரைப்போய் பார்த்துத்தான் ஆகவேண்டுமாயென்ன? போகாமலேயே இருந்துவிடலாம். ஆனால் அவருக்கு என் விலாசம் தெரிந்திருக்கிறது. மீண்டும் அவர் என்னைத் தேடிக்கொண்டு வரக்கூடும். அப்படி வந்து நேரில் சந்தித்துவிட்டால் பார்க்காமல் இருந்ததற்கு என்ன சமாதானம் சொல்வது?

அலுவலகத்திற்கு வந்து சொல்லிவிட்டுப் போயிருக்கிறார். போய்ப் பார்த்தால் என்னவாகிவிடப் போகிறது? என்றும் நினைத்தான். ஒரு புதிய மனிதரை அவருடைய குடும்பச் சூழலில் முதல் முறையாக எதிர்கொள்ள வேண்டும். அதுதான் பிரச்சனை அவனுக்கு.

எப்படிப்பட்டவராக அவர் இந்த நகரத்தில் வசிக்கக்கூடும்? ஏதாவது அரசாங்க உத்தியோகம் பார்ப்பவராக இருக்கலாம். அல்லது தனியார் நிறுவனத்தில் வேலை செய்பவராக இருக்கலாம். வியாபாரியாக, மில் தொழிலாளியாக, வேலையே செய்யாதவராக எப்படி வேண்டுமானலும் அவர் இருக்கலாம்.

நாள் முழுக்க இதே சிந்தனைகளுடன் வேலைகளை கவனித்துக் கொண்டிருந்தான். தனது மொபட்டை சாலையில் ஓடவிட்டுவிட்டு அவன் யோசனையில் மூழ்கியிருந்தான்.

அவர் யாராக இருந்தாலும் அவர் ஒரு மனிதர், அதிலும் என் உறவுக்காரர், என்னைத் தெரிந்திருப்பவர், சந்திக்க விரும்புவர். தினம் தினம் எத்தனையோ விலாசங்களுக்குப் போய் எத்தனையோ விதமான மனதிர்களைச் சந்திக்கிறோம். அவர்களில் ஒருவராக இவரையும் நினைத்து ஏன் போய்ப் பார்க்கக்கூடாது? இந்த சந்திப்பு விரும்பத்தகாததாக

மாறும்போது அதை சுமூகமாக துண்டித்துக் கொள்வதற்கான மனோபக்குவத்தை அவன் உருவாக்கிக் கொள்ளத் தொடங்கினான்.

இறுதியாக அவரைப் பார்த்துவிடுவது என்ற முடிவுக்கு வந்தான்.

பலமுறை இதே தெருவில் அவன் போய் வந்திருக்கிறான் என்றாலும் இந்த வீட்டை அவன் கவனித்ததில்லை. சற்று உயரமான மதில் சுவர் அவன் பார்வையை மறைத்திருக்கிறது. வீடு கண்ணில் பட்டிருந்தால் நிச்சயம் அவன் கவனத்தைக் கவர்ந்திருக்கும். காரணம் அதன் தோற்றம்.

வண்டியைவிட்டு கீழே இறங்கி மூடியிருந்த கேட்டைத் திறக்கும்போதே ஆவலுடன் அந்த வீட்டை கவனித்தான். இதே போன்ற வீட்டை வேறு எங்கோ பார்த்திருப்பதுபோல அவனுக்கு நினைவு. வியப்பாக இருந்தது. இந்த நகரத்திற்கு பொருத்தமில்லாத ஒரு வீடு. பழைய பாணியில் புதிதாகக் கட்டப்பட்டிருந்தது.

இரண்டு மரத்தூண்கள் தாங்கி நின்ற முன்கூரைக்குப் பின்னால் வாசலில் நிறுத்திவிட்டு கதவுக்கருகில் வந்து பெல் ஸ்விட்சை அழுத்தாமலேயே தயங்கி நின்றான். கதவு செதுக்கல் வேலைப்பாடுகள் கொண்டதாக இருந்தது. இந்த மரச்செதுக்கு சிற்பங்கள், வடிவங்கள் எல்லாமே அவனுக்குப் பரிச்சயமானவையாகவே இருந்தன. அவன் வீட்டுத் தலைவாசலில்கூட அதே பாணியிலான செதுக்கல்கள் உண்டு.

இந்தக் கதவுக்குப் பின்னால் யாரை சந்திக்கப் போகிறோமா என்ற பெரும்புதிர் அவனைக் கிளர்ச்சிக்குள்ளாக்கியது.

கதவின் தாழ்ப்பாள் நீங்கும் சத்தம் கேட்டதும் திடுக்கிட்டான். கதவு திறந்தது. ஒரு பெண் அங்கே நின்று கொண்டிருந்தாள். இதற்குமுன் எப்போதும் அவளை அவன் பார்த்ததில்லை.

''நீங்க''

பெயரைச் சொன்னாதும் அவளுடைய முகம மலம்ந்தது.

''உள்ள வாங்க'' நீண்ட நாட்கள் ஆவலுடன் எதிர்பார்த்துக் கொண்டிருந்த விருந்தாளியை வரவேற்பது போல அவனை அவள் வரவேற்றாள்.

விசாலமான ஒரு ஹாலுக்குள் அவன் நுழைந்தான். நானகு தூண்கள் வைத்து ஒரு கோயில் மண்டபம்போல அது கட்டப்பட்டிருந்தது. கூரையில் சதுரமான ஒரு திறப்பு. அதைச் சுற்றி மேல்சுவர். நான்கு பக்கங்களிலும் நான்கு ஜன்னல்கள். தூண்களுக்கு நடுவே பிரகாசமான ஒளி மேலிருந்து வந்து தரையில் விழுந்தது. அங்கே ஒரு குழந்தை அழுதபடி இருந்தது.

"உட்காருங்க" என்று ஒரு நாற்காலியைக் காண்பித்தாள் அவள். பெட்டியை சுவர் ஓரமாக வைத்துவிட்டு அவன் உட்கார்ந்தான்.

"உங்கண்ணா நீங்க வருவீங்கன்னு இன்னிக்கெல்லாம் வீட்லதான் இருந்தார். இப்பதான் கொஞ்ச நேரத்துக்கு முன்னாடி ஆண்டாள கூட்டிகிட்டு வர்றதுக்கு ஸ்கூல் வரைக்கு போயிருக்கார். இப்போ வந்திடுவார்"

குழந்தையைத் தூக்கி இடுப்பில் வைத்துக்கொண்டு, சித்தப்பா வந்திருக்காங்க பாரு, அவங்க எதிர்க்க அழக்கூடாது என்ன. இங்கியே அவருகூட விளையாடிக்கிட்டிரு. காப்பி வச்சிக் குடுக்கலாம். குழந்தைய அவனுக்கு எதிரில் கொண்டுவந்து இறக்கிவிட்டாள்.

அவள் உள்ளே போய் மறைந்ததும் குழந்தையைத் தூக்கி மடியில் வைத்துக் கொண்டான். குழந்தை அழுகையை நிறுத்திவிட்டு வியப்புடன் அவனைப் பார்த்தது. அவனுடைய பாக்கெட்டில் இருந்த பேனாவை எடுக்க அது பிரயத்தனப்பட்டதைக் கண்டு அவனே எடுத்துக் கொடுத்தான். வாங்கியதும் அவனையே பார்த்துக் கொண்டு அவசரத்துடன் வாயில் வைத்துக் கொண்டது.

மாடிக்குச் செல்லும் இந்த மரப்படிகள் ஏற்கனவே அவன் தாவி ஏறிச் சென்றிருப்பதுபோல ஒரு நினைவு. இந்தக் கதவுகளின் வழியேகூட எண்ணற்ற தடவை அவன் போய் வந்திருக்கிறான். எப்போதோ அவன் நுகர்ந்திருந்த ஒரு மணத்தை இந்த ஜன்னல்களில் நுழைந்து வந்த காற்று சுமந்து வந்தது. பழைய மணம். காலத்திலும் தூரத்திலும் வெகு தொலைவு பயணித்து இங்கே வந்து சேர்ந்திருக்கிறது போலும்.

தொகுப்பு : கே.வி. ஷைலஜா

காப்பியுடன் அவள் வந்தாள். பெரிய ரகசியம் ஒன்றை உள்ளடக்கிக் கொண்டிருக்கிறாள் அவள். அது உடையப் போகும் ஆனந்தம் அவளிடம் தெரிந்தது. காப்பியை அவனிடம் கொடுத்துவிட்டு குழந்தையை வாங்கிக்கொண்டு தூணுக்குப் பக்கத்தில் போய் தரையில் உட்கார்ந்து கொண்டாள்.

நேத்துதான் மாமாவுக்கு காரியமெல்லாம் முடிஞ்சது என்றவள் சற்று இடைவெளிவிட்டு, காரியத்துக்காவது கூப்பிடுங்கன்னு அவருக்கிட்ட சொன்னேன். அவர்தான் வேணாம்னு சொல்லிட்டார். காப்பியை மெல்லப் பருகிக்கொண்டே அவன் கேட்டுக் கொண்டிருந்தான். சகஜமான அவளுடைய பேச்சு அவனை ஆச்சர்யப்பட வைத்தது.

''மாமாவுக்கு வயசாயிடுச்சி. எண்பதுக்கு கிட்டத்தட்ட இருக்கும். இவ்வளவு வயசுவரை வாழ்ந்ததே பெரிய விஷயம். இதுக்கெல்லாம் தெயவக் குடுப்பன வேண்டும். நாமெல்லாம் அறுவதையே தாண்டறமோ என்னமோ. அத்தை சாவும்போது அவங்களுக்கு அறுவத்தியஞ்சு வயசுதான். அப்பெல்லாம் இவர் அங்க இங்க ஓடி வேலை செய்ஞ்சிகிட்டு இருந்தார். இந்த வீட்டையே அவருதான் கட்டினார். எல்லா வேலையும் அவரோடதுதான். மரவேலை முடியமட்டும் இரண்டு வருஷமாச்சி. இந்த வீடுகட்டுன செலவுல ரெண்டுவீடக் கட்டியிருக்கலாம்'' என்று சொல்லி அவள் சிரித்தாள். குழந்தை அவளுக்கெதிரே பேனாவைக் கையில் வைத்துக்கொண்டு விளையாடிக் கொண்டிருந்தது. காப்பியைக் குடித்துவிட்டு டம்ளரைப் பக்கத்தில் வைத்தான்.

''நீங்க இந்த ஊருக்கு வந்தபோதே அவருக்குத் தெரியும். உங்கள வீட்டுக்கு கூப்படலேயேங்கிற வருத்தம் அவருக்கு எப்பவும் உண்டு. மாமா இருக்கிறவரைக்கு எதுவும் உங்களுக்குத் தெரிய வேணாம்னு விட்டுட்டார்''

மாமா என்று அவள் குறிப்பிடுவது யாரை என்றுதான் புரியவில்லை. ஏற்கனவே, இவனுக்கு எல்லாமே தெரியும் என்பதுபோல ஏன் பேசுகிறாள். இவள்?

வெளியே ஸ்கூட்டர் சத்தம் கேட்டது.

''அவர் வந்துட்டார்'' என்று சொல்லிக்கொண்டே கதவைத் திறப்பதற்காக எழுந்து போனாள்.

அவரை எதிர்கொள்வதற்குத் தன்னைத் தயார் படுத்திக்கொண்டான். ஏனோ அவன் மனம் பதட்டமடைந்தது. சிரித்துக்கொண்டே அவர் உள்ளே வந்தார். பின்னால் கான்வென்ட் உடையில் இருந்த மகளும் வந்தாள்.

''அப்பு வந்து ரொம்ப நேரமாச்சா?'' என்று கேட்டுக்கொண்டே அவனிடம் வந்தார்.

''இப்பதான் கொஞ்சம் நேரமாச்சி'' என்று எழுந்தான்.

''உட்கார் உட்கார்'' என்று சொல்லிக்கொண்டே இன்னொரு நாற்காலியை அருகில் இழுத்துப் போட்டுக்கொண்டு உட்கார்ந்தார்.

''அப்பு'' என்று அவர் அழைத்ததும் இவன் அதிர்ச்சியடைந்தான். வீட்டில் மட்டும்தான் இந்தப் பெயரில் அவனை அழைப்பார்கள். அது இவருக்கு எப்படித் தெரியும்.

வேட்டி சட்டையில் மிகச் சாதாரணமாக அவர் இருந்தார். கபடமில்லாத ஒரு முகம். மீசையை வழித்துவிட்டிருந்தார். இதுநாள் வரை எங்கேயும் அவரைப் பார்த்ததில்லை என்றாலும் எப்போதோ பார்த்தது போன்ற ஒரு நெருக்கம் அவரைக் கண்டதும் அவனுக்கு ஏற்பட்டது.

''வேலையெல்லாம் முடிஞ்சாச்சி இல்லையா?''

''முடிச்சிட்டுத்தான் வந்தேன்'' என்றேன். அவரை எப்படி அழைப்பது என்று விளங்கவில்லை அவனுக்கு.

''ஆண்டாளம்மா இங்க வாங்க என்று தன் மகளை அருகில் அழைத்தார். அந்தப் பெண் அவரிடம் போய் ஒட்டிக்கொண்டு நின்று சங்கோஜத்துடன் இவனைப் பார்த்துக் கொண்டிருந்தது.''

''இங்க வாம்மா'' என்று இவன் கூப்பிட்டான். அவள் தன் அப்பா மடியிலேயே தலையைப் புதைத்துக் கொண்டு நாணினாள்.

''நம்மப் பாட்டி பேரைத்தான் இவளுக்கு வச்சிருக்கேன்'' என்று சிரித்தவர், ரொம்பப் பழைய பேரா இருக்குன்னு எல்லோரும் சொன்னாங்க... ஆண்டாள் நல்லாத்தானே இருக்கு என்று அவனைப் பார்த்து மீண்டும் சிரித்தார்.

''ஆண்டாளம்மா உங்களுக்கு எப்படி பாட்டி முறை?'' என்ற கேள்வியுடன் அவரைப் பார்த்தான். அவனுக்குப் பக்கத்திலிருந்து காலி டம்ளரை எடுத்துக்கொண்டு உள்ளே போனாள் அந்தப் பெண்.

''சித்தப்பாவுக்கு வீட்டச் சுத்திக் காமிக்கலாமா?'' என்று தன் மகளிடம் சொல்லிக்கொண்டே அவர் எழுந்தார்.

''அப்பு வா'' என்று அவனை அழைத்தார். தயங்கியபடி அவனும் எழுந்துகொண்டான். அவருக்குப் பின்னால் நடந்தான். அச்சிறுமியும் நாணம் தெளிந்தவளாக ஓடிவந்து இவன் கையைப் பிடித்துக் கொண்டாள்.

எல்லா அறைகளும் ஹாலை ஒட்டியே இருந்தன. ஒரு கதவைத் தள்ளிக்கொண்டு உள்ளே போனவர், தயங்கி வெளியே நின்ற அவனை ''உள்ள வா'' என்று கூப்பிட்டார்.

அறை இருட்டாக இருந்தது. முதலில் எதுவுமே அவனுக்குப் புலப்படவில்லை. அது பூஜை அறை என்பதைப் பின்பு புரிந்து கொண்டான். சிறுசிறு மின் விளக்குகளுக்குப் பின்னால் நிறைய தெய்வங்களின் படங்களும் மாட்டி வைக்கப்பட்டிருந்தன. எல்லாப் படங்களும் அலங்காரமான ஒரு மர ஸ்டாண்டில் பொருத்தப்பட்டிருந்தன.

தெய்வப்படங்களுக்குக் கீழே தனியாக ஒரு புகைப்படம் மாட்டியிருந்தது. புதிதான ஒரு மாலை அதற்கு அணிவித்திருந்தார்கள். வயசான ஒரு தம்பதியரின் புகைப்படம் அது. சிறிய மின் விளக்குதான் என்றாலும் உருவங்களைத் துல்லியமாகவே அது காட்டியது. வயசான அந்த பெண்மணியை அவன் இதற்கு முன் பார்த்ததில்லை. ஆனால் அந்த மனிதரை அவன் பார்த்திருக்கிறான். பல் கொஞ்சம் எடுப்பான அந்த முகம் யாருடையது? அருகில் நின்று கொண்டிருந்தவரை அவன் திரும்பிப் பார்த்தான்.

"இது..?"

"தெரியலையா?" என்று புன்னகைத்தார் அவர். மீண்டும் அந்தப் புகைப்படத்தைப் பார்த்தான்.

"இது... என் அப்பாவின் உருவமல்லவா?" அவருடைய புகைப்படம் இங்கே எப்படி வந்தது?

பக்கத்திலிருக்கும் பெண்?

இதெல்லாம் என்ன? அவன் மூளையில் வீறிட்ட கேள்விகளால் அவன் அதிர்ச்சியடைந்தான்.

"ஆண்டாளம்மா சாமி குடும்பிடுங்க" என்று அவர் தன் மகளிடம் சொன்னார்.

அவள் கைகளைக் கூப்பிக் கும்பிட்டாள்.

"அப்பு வா போகலாம்" என்று அவனை வெளியே கூட்டிக்கொண்டு வந்தார். எல்லா அறைகளையும் திறந்து காண்பித்தார்.

ஒரு அறைக்குள் நுழைத்ததும் அந்த மணம் திரும்பவும் அவன் நாசியில் உக்கிரமாகப் படிந்தது. அது என்னவென்று அவனுக்குப் புரிந்தது. சிறுவயதில் அப்பாவின் பிணத்தருகே நின்றபோது நுகர்ந்த மணம்!

அவர் படுத்திருந்த கயிற்றுக் கட்டிலுக்குப் பின்னால் சுவரில் சதுரமாக மஞ்சள் பூசி சாம்பல்பட்டை இட்டு பொட்டு வைத்திருந்தார்கள். அருகே ஒரு குத்துவிளக்கு எரிந்தபடி இருந்தது.

அவர் சொன்னார் : "போன ஞாயிறு எட்டில்தான் அப்பா உயிர்விட்டார்"

'இருபது வருஷங்களாகிவிட்டன அவர் இறந்து' என்று இவன் தனக்குள் சொல்லிக் கொண்டான். அவன்தான் அவருடைய சிதைக்குக் கொள்ளி வைத்தவன்.

இப்போதுதான் அவர் இறந்தார் என்றால் முன்பு நடந்தது கனவிலா? கனவுதான் என்றால் இந்த நகரத்திற்கு வந்து வாழ்ந்து மறைந்தார்

தொகுப்பு : கே.வி.ஷைலஜா

என்பதல்லவா நிஜமாகும். முன்பு நடந்ததுதான் நிஜமென்றால் இது கனவல்லவா? கனவிலா இப்போது நான் நடமாடிக்கொண்டிருப்பது, இவர்களுடன் பேசிக்கொண்டிருப்பதெல்லாம்? என் சகோதரன் என்று சொல்லும் இவன், இவனுடைய மனைவி, குழந்தைகள், இந்த வீடு எல்லாம்..?

அவனுடைய அம்மாவை திருமணம் செய்துகொள்வதற்கு முன்னால் அப்பாவுக்கு வேறு சில பெண்களுடன் உறவு இருந்ததாக அவனுக்கு சொல்லியருக்கிறார்களே தவிர, இப்படி தனியாக ஒரு குடும்பம் உண்டென்று யாரும் சொன்னதில்லை. அதற்கான தடயங்களும் இதுநாள்வரை அவனுக்குத் தென்பட்டதில்லை.

'ஒரு மனிதனின் வாழ்க்கை இரண்டாகக் கிளைத்து இரண்டு மரணப் பூக்களைப் பூப்பது சாத்தியம்தானா?' என்று அவன் தன்னையே கேட்டுக் கொண்டான்.

என்னுடைய அப்பா முன்பே இறந்து போய்விட்டார். இது என்னுடைய அப்பா இல்லை. அவர் வாழ்நாளில் ஒரு பொழுதும் புகைப்படமே எடுத்துக் கொண்டதில்லை என்று அம்மா சொல்லியிருக்கிறார். இந்தப் புகைப்படத்தில் இருப்பது உங்களுடைய அப்பாவாக இருக்கலாம். உங்களுக்கும் எனக்கும் யாதொரு சம்பந்தமும் இல்லையென்றே நான் நம்புகிறேன். நீங்களோ வேறுமாதிரி கற்பனை செய்து கொண்டிருக்கிறீர்கள். உங்களுடைய கற்பனையால் என்னைக் குழப்ப வேண்டாம். நான் போய்விடுகிறேன். என்னைத் தொந்தரவு செய்யாதீர்கள் என்று அவன் அவரிடம் சொல்ல நினைத்தான். ஆனால் சொல்ல முடியவில்லை. அவருடைய உறவை துண்டித்துக் கொள்வதற்கான துணிச்சல் அவனுக்கு வரவில்லை.

"கணவன் மனைவி இருவரும் நம் வரவால் எவ்வளவு மகிழ்ந்து போயிருக்கிறார்கள்? எதற்காக நம்மேல் உறவு கொண்டாட வேண்டும் இவர்கள்? நம்மால் ஆகக்கூடியது என்ன இருக்கிறது இவர்களுக்கு?"

பூஜை அறையில் இருக்கும் புகைப்படத்தில் இருப்பது அவனுடைய அப்பாதான் என்பதில் அவனுக்குச் சந்தேகமில்லை. சிறு வயதில் பார்த்ததுதான் என்றாலும் தெளிவாகவே அவருடைய உருவம் பதிந்து போயிருக்கிறது அவனுக்குள். இந்தப் புகைப்படத்தில் இருப்பது அவனுடைய அப்பாதான் என்று நம்புவதன்றில் வேறு எதையும் அவனால் நம்பமுடியவில்லை.

இவர்களுக்கு எல்லாமே தெரியும். ஒரு கனவைப் புதிர்போல அவனுக்குமுன் பரிமாறிவிட்டு நின்றிருக்கிறார்கள் அவர்கள். வாழ்க்கை ஏன் இத்தனை ரகசியங்கள் கொண்டதாக இருகிகறது? எனக்குத் தெரியாமல் இன்னும் எத்தனை ரகசியங்களை அது தனக்குள் மறைத்து வைத்திருக்கிறது?

மரப்படிகளின் வழியே அவனை மாடிக்கு அழைத்துக்கொண்டு போனார். அங்குதான் அவருக்குத் தனி அறை ஒன்று இருந்தது. அது அவருடைய அலுவலக அறைபோலும். துணி வியாபாரம் செய்தவதாக அவனிடம் சொன்னார்.

எதிரெதிரான இரண்டு சோபா நாற்காலிகளில் அவர்கள் உட்கார்ந்தார்கள்.

''எது எது எப்போது நடக்க வேண்டுமோ அப்போதுதான் நடக்க வேண்டும் போலும்'' தனக்குள் சொல்லிக்கொள்வது போல அவர் சொன்னார்.

''அப்பாவ இந்த ஊருக்குள்ள மறைச்சி வச்சிருந்தேன்னுதான் சொல்லணும். யாராவது அவரை அபகரிச்சிட்டுப் போயிடுவாங்களோ என்ற பயத்துடன் அவரை வைத்திருந்தேன். ஒரு மரம்போல களங்கமில்லாத ஒரு உயிர் அவர். அவரை எப்படி இழக்க முடியும். இதெல்லாம் கனவுபோலத்தான் இருக்கு''

''இந்த ஊருக்கு நீ வந்தபோது சந்தோஷமாக இருந்தது. அதே சமயத்தில் நான் கண்டுகிட்டிருந்த கனவ எங்க கலச்சிடப் போறியோன்னு பயமாவும் இருந்தது''

அவருடைய கண்கள் கலங்கியிருந்தன. இருவரும் பேசாமல் நீண்ட நேரம் உட்கார்ந்திருந்தார்கள். அவஸ்தைகளும், ஆசுவாசமும் நிறைந்த மௌனம் அது.

இரவு உணவை அவர்களுடனேயே சாப்பிட்டான்.

"அப்பு இங்கேயே தங்கிக்கொள்ளேன்" புறப்படும் முன்பு அவர் கைகளை பிடித்துக்கொண்டு கேட்டார்.

அவன் மனம் கனத்திருந்தது. வாழ்க்கையின் பெரிய ரகசியமொன்று பல வருஷங்கள் புதைந்திருந்து இன்று வெளிப்பட்டிருக்கிறது. அதுவாக வந்து அவனுக்கு முன்னால் பெரிய ஓவியமாக விரிந்திருக்கிறது. அந்தரங்கமான நிழல்களாக, பரவசப்படுத்தக்கூடிய ஒளியாக, பூடகமான தூரிகைத் தீற்றல்களாக, புதிரான வண்ணச் சேர்க்கைகளுடன் அது காட்சிக்கு நிற்கிறது. கனவின் மொழி அது. தர்க்கம், ஒழுங்கு எதற்கும் அப்பாற்பட்டது.

இனி இந்த ஓவியத்தை என்ன செய்வது நான். காட்சிக்கு வைப்பதா? அல்லது சுருட்டிப் பத்திரப்படுத்திக் கொள்வதா?

அம்மாவுக்குத் தெரிந்தால் என்ன செய்வாள் அவள்?

இரவு வெகுநேரம் அவன் தூங்கிவில்லை. மொட்டை மாடியில் கைப்பிடிச் சுவர்மேல் உட்கார்ந்து இரவு நகரத்தை வெறித்துப் பார்த்துக் கொண்டிருந்தான்.

காலையில் இருந்த நகரம் வேறு, இது வேறு. ஒரே நாளில் இந்த நகரத்திற்கும் அவனுக்குமிருந்த உறவு திடீரென்று மாறிப் போய்விட்டது. முன்பு அந்நியர்கள் அல்லவா இந்த நகரத்தில் உலாவிக் கொண்டிருந்தார்கள்.

அப்பா இதே நகரத்தில்தான் வாழ்ந்து வந்திருக்கிறார். ஆறு வருஷங்கள் ஒரே நகரத்தில் வெவ்வேறு இடங்களில் நாங்கள் ஜீவித்திருக்கிறோம். இதுவே அவனைச் சிலிர்க்கச் செய்தது.

அப்பாவின் கைகளால் உருவான ஒரு வீடு இங்கே இருக்கிறது. இப்போதும் அவனுடைய சகோதரன் தன் குடும்பத்துடன் அங்கே வாழ்ந்து கொண்டு இருக்கிறான்.

எப்படிப்பட்ட மனிதனை இன்று நான் சந்திக்க நேர்ந்தது!

அவனுடைய சகோதரனை நினைத்தபோதே அவன் மனம் கனத்தது. தன்னை மன்னித்துவிடும்படி அவனிடம் கேட்கவேண்டும்போல ஓர் உணர்வு எழுந்தது. கண்களில் நீர் பனிக்க, அவனுடைய சகோதரன் வீடிருந்த திசையை நோக்கினான்.

சாதனம்

பாஸ்கர் சக்தி

அம்மாபட்டியிலிருந்து மூன்று கிலோ மீட்டர் மேற்காக நடந்து போனால் இன்னும் கொஞ்சம் பெரிய ஊராகிய கல்லுப்பட்டி வரும். மூன்று டீக்கடைகள். ஒரு பிள்ளையார் கோவில். கோவில் கட்டிடத்தில் கட்டி வாடகைக்கு விட்டிருக்கும் கடைகளில் கரண்ட் உள்ள மற்றும் கரண்ட அற்ற ஏனைய இடங்களில் பேட்டரி மற்றும் ஜெனரேட்டர் மூலமாக தேனினுமினிய ஏனைய தெள்ளு தமிழ் கானங்களை ஒலி அண்டு ஒளிபரப்பி வரும் ''சேகர் சவுண்ட் சர்வீஸ்'' பித்தளை சவரக் கத்தியுடன், கழுத்து கழன்ற தண்ணீரடிக்கும் பாட்டிலும் டெட்டாலும் வைத்திருக்கும் பெருமாளின் சலூன். ராமசாமி டெய்லரின் ''எழில்ராணி (த.பெ.ராமசாமி) தையலகம்''

இவையும் இவற்றுடன் வால் நட்சத்திரம் போல் எப்போழுதும் பின்னால் புழுதியுடன் வந்து போகும் டவுன் பஸ்ஸும்தான் கல்லுப்பட்டியை அம்மாபட்டியை விடவும் பெரிய ஊர் என்று சொல்ல வைப்பவை. இதைத் தவிர பஞ்சாயத்து போர்டு ஆபிஸ் வேறு சைடில் மூத்திர வாடையுடன் இருக்கிறது. அந்த ஊருக்கு மூன்று டவுன் பஸ்கள் அதிகம்தான். பகலில் பெரும்பாலும் கூட்டமில்லாமல் போய் வந்து

கொண்டிருக்கும். மற்றபடி காலை ஏழு மணியிலிருந்து ஒன்பது மணி வரை உள்ள முகூர்த்தத்தில், அந்த ஊரில் சில பையன்களும் பெண் பிள்ளைகளும் பக்கத்தில் பத்து கிலோ மீட்டர் தாண்டி உள்ள தாமரைக்குளம் என்ற டவுனில் ஒன்பதாம் வகுப்பு முதல் பனிரெண்டாம் வகுப்பு வரை படிக்கப் போகின்ற ரம்யமான காட்சியைப் பார்க்கலாம். பையன்களில் பெரும்பாலானவர்கள் சங்கடமான வளர்கிற வயதின் காரணமாக, பேண்ட்டில் உயரம் போதாமல் பிரித்து விட்டுத் தைத்திருக்கிற கலர் வித்தியாசம் கணுக்காலருகே தெரியும். பெண்பிள்ளைகள் விலைவாசி பற்றியோ, அழகுணர்ச்சி பற்றியோ அதிகமாக அறியாததால் தலைக்கு ஓவராக எண்ணெய் போட்டு இறுக்கிப் பின்னி இருப்பார்கள். சபிக்கப்பட்ட பூக்களாகிய செவ்வந்தியோ கனகாம்பரமோ அதில் சூடியிருப்பார்கள். முகத்தில் தேவைக்கு மேல் அல்லது அதற்கும் அதிகமாக பவுடர். பெரும்பாலும் எல்லோர் கைகளிலும் கடந்த தீபாவளிக்குத் துணி எடுத்தபோது கிடைத்த முத்துராம் நாயுடு ஜவுளிக் கடை, அண்ணாமலை நாடார் அண்ட் கோ போன்ற பெயர்களைப் பொறித்த மஞ்சள் நிறத் துணிப் பைகள். அவற்றில் அவர்களது புத்தகங்கள், நோட்டுகள், ஜியாமெட்ரி மற்றும் டிபன் பாக்ஸ்கள் மற்றும் எதிர்காலக் கனவுகளும்.

பிச்சைமணி ஏழரை மணி டவுன் பஸ்ஸைப் பிடித்து மில்லுக்குச் செல்ல வேண்டியவன். அம்மாபட்டியலிருந்து தீயாக நடந்து வந்து ஐந்தே நிமிடத்தில் கல்லுப்பட்டியில் பஸ்ஸைப் பிடித்து விடுவான். தினசரி பஸ் பிடிக்கிறவனில்லை. பல தொழில்காரன். தோட்டத்தில் மம்பட்டி வேலை பார்ப்பான். தோப்புக்காரர்கள் வீட்டில் விறகு வெட்டிப் போடுவான். புளியம்பழம் உதிர்த்துக் கட்டி வண்டியேற்றி வருவான். பக்கத்து மலைக்கு பலாக்காய் சுமக்கப் போவான். தோட்டங்களில் அழகாக வேலி அடைப்பான். பின்பு திடீரென்று விவசாய இலாகாவிலிருந்து கட்டிடத்துறைக்கு மாற்றலானதைப் போல், கொத்தனாரின் கையாளாக ரசமட்டமும் திமுசுக் கட்டையுமாகக் கட்டிட வேலை செய்வான். செங்கல் சுமப்பதிலிருந்து வெள்ளை அடிப்பது வரை எல்லாம் தெரியும். சுலபத்தில் எதையும் பார்த்தே பழகிக் கொள்வான்.

பிள்ளையார் கோவிலின் தூண்களில் முதுகைத் தேய்க்கும் பணியைப் பல வருடங்களாகச் செய்து கொண்டு வெற்றிலை மெல்லும் சிவனாண்டிக்கு இவன் மீது பொறாமை கலந்த பிரியம். ''எலே, பலபட்டறை'' என்றுதான் கூப்பிடுவார்.

பதிலுக்கு பிச்சைமணி ''என்னாங்க மாமா'' என்பானே தவிர, வேறு மாதிரி மப்பாகப் பேசவே மாட்டான்.

அன்றும்கூட ''என்னமாவது ஒரு வேலயச் செய்றியாடா? இதுல வாய் வக்கிற. அதுல வாய் வக்கிற. ஏதாச்சும் ஒண்ண ஒப்புடியாச் செய்யிறதுதான'' என்று கேட்டார். தூணை ஒப்புடியாகத் தேய்த்துக் கொண்டே.

''எல்லாத் தொழிலும் பழகி வச்சுக்கிறது நல்லதுதான மாமா. ஒண்ணுல இல்லாட்டியும் இன்னொண்ணுல வேல கிடச்சுரும். ந்தா, முந்தா நாளு பாருங்க தோட்டத்துல வேலை இல்லன்னுட்டாங்க. தோப்புகள்லயும் ஒண்ணும் காய்ப்பு சரிவர இல்லை. சரிதான் கட்டட வேலைக்குப் போகலாம்னு பாத்தா ஒரு கொத்தனாரு மேலுக்குச் சரியில்ல. இன்னொருத்தரு எங்கயோ தொலவில செங்கல் சூளை வேலைக்குப் போய்ட்டாராம்''

''அப்புறம் என்ன செஞ்ச?''

''தாமரைக்குளத்தில் நூல் மில்லிருக்கில்ல. அங்க போய்ட்டேன். அத்தக் கூலிதான். ஒரு நாளைக்கு இருபத்தஞ்சு ரூபாய். பஞ்சை அள்ளிக் கொட்டுற வேலை. மேஸ்திரி சொல்லிட்டான். இந்த மாசம் பூரா வேலயிருக்கு. நெதம் வந்துருன்னு. காலை ஏழு மணி வாக்குல போனா, பொழுது சாய அஞ்சு மணி வரைக்கும் வேல''

''அப்படியா அதாந்தெனமும் பஸ்ல போறவனா! சரி, அஞ்சு மணி வரிக்குந்தான வேல. நீ எட்டு மணி போலதான் தெனம் பஸ்ஸுல திரும்பிவர்ற. என்னா விஷயம்?''

தூணைத் தேய்ப்பது, வெற்றிலை மெல்வது, துப்புவது தவிர இப்படி ஒரு கண்காணிப்பு உத்தியோகம் வேறு சிவனாண்டிக்கு.

''அது மாமா, தெரிஞ்ச பிட்டர் ஒருத்தன் தாமரைக் குளத்துல கடை வச்சிருக்கான். அவங் கடைல போயி மோட்டாருக்கு காயில் கட்டப் பழகிக்கிட்டு இருக்கேன். அது ரொம்ப நல்ல தொழிலு மாமா. அத எப்படியும் பழகீரணும்னுட்டு தான் லேட்டானாலும் பரவாயில்லைன்னு...''

சிவனாண்டி முதுகை நேராக நிமிர்த்தி வெற்றிலையைத் துப்பிவிட்டுச் சொன்னார்:

''பேசாம நம்ம பெருமாளு பயகிட்டேயும் தொழிலப் பழகிக்க மாப்ள. எனக்கு செரைக்கிற காசு மிச்சம். மாமனுக்கோசரம் அதயும் பழகிக்கறதுதான மாப்ள''

பிச்சைமணி எவ்வித சிலிர்ப்புமின்றி, ''அதுல என்ன மாமா இருக்கு? அதும் தொழில்தான, முடிஞ்சா பழகிக்கிர்றேன்'' என்று சாதாரணமாகச் சொல்லிவிட்டு, வந்து நின்ற டவுன் பஸ்ஸில் ஏறுவதற்காக ஓடினான்.

''அடப்பாவி கிறுக்கா!''

''எல்லாம் மாறிப் போச்சு சிவனாண்டி'' என்றது பிள்ளையார் கோவிலின் மற்றொரு தூண்.

அடுத்த நாள் பிச்சைமணி பஸ்ஸூக்கு வந்து சேர்ந்தான். பஸ் இன்னும் வரவில்லை. வருகின்ற நேரம்தான். பெட்டிக்கடையில் சற்று நேரம் பேப்பர் பார்த்தான். ஆறாவது வகுப்பு வரை படிப்பு அவனுக்கு. எனவே தலைப்புச் செய்திகளைப் பார்த்துவிட்டு, வழக்கமான ''இளம்பெண் காதலனுடன் மாயம்'' ''நடுத்தெருவில் ஓட ஓட விரட்டிக் கொலை. கள்ளக் காதலில் விபரீதம்'' ''வாலிபர் மர்மச் சாவு, இளம்பெண் காரணமா?'' என்பன போன்ற அவனுக்குச் சுவாரஸ்யமான செய்திகளைப் படித்தான். இவ்வாறான சுவாரஸ்யங்கள் அவனுக்குத் தொடர்ந்து கிடைப்பதற்கு தமிழகம் முழுவதும் அவனுக்கு ஒத்தாசை செய்கிறது. அரசியல் படிப்பதில்லை. அதனை முற்றிலும் புறக்கணித்துவிட்டு சினிமா விளம்பரங்களில் படங்கள் மட்டும் பார்த்தான்.

''இப்பெல்லாம் என்னா படமெடுக்கிறாங்க? சிவாஜி, எம்ஜியார் காலத்தோட சரி, இப்ப வர்ற படமுஞ் சரியில்ல, பாட்டும் சரியில்ல'' என்று

தனக்குள்ள சொல்லிக் கொண்டான். கே.ஆர்.விஜயாவுக்குப் பிறகு எந்த நடிகையின் முகமும் அவனுக்கு அடையாளமாகவில்லை. நடிகர்கள் பரவாயில்லை. ஓரளவுக்குத் தெரியும். ஆனால் இன்னும் ஏன் பஸ் வரவில்லை?

மெயின் ரோட்டுக்குப் பக்கமிருந்து சைக்கிளில் வந்த ராசு சொன்னான். பஸ் வராதாம். எதுக்கோ. என்னமோ பேரு வைக்கணும் என்று டவுனில் எல்லா பஸ்களையும் நிறுத்திவிட்டதாக மோட்டார் பைக்கில் வந்த ஒரு ஆள் சொன்னாராம்.

பிச்சைமணிக்கு மனது எப்படியோ போய் விட்டது. பஸ் வராது என்று முதலிலேயே தெரிந்திருந்தால் நடந்தே மில்லுக்குப் போயிருப்பான். அவனுக்கு பஸ் எல்லாம் ஒரு பொருட்டேயில்லை. இப்படி திடீர்னா பஸ்சை நிறுத்துவாங்க சே, இன்னைக்கு வேலை கெட்டுப் போச்சே, இனிமேல் போய்ச் சேர முடியாது. காயில் கட்டற கடைக்கு சாயங்காலம்தான் போகணும். கையில் தூக்குச்சட்டி கனத்தது. மதியம் சாப்பிட்டு விட்டுக் கோவிலில் உட்கார்ந்து பொழுதைக் கழித்து விட்டு மூணு மணி வாக்கில் நடந்தே காயில் கடைக்குப் போய் விடலாம் என்று முடிவு செய்தான்.

பிள்ளையார் கோவிலை ஒட்டி பஞ்சாயத்து போர்டு ஆபீஸ். அதற்குப் பின்புறம் மாட்டாஸ்பத்திரி ஒன்று வரப்போகிறது. கிராமத்தில் வசூல் பண்ணி அதற்காக கட்டிய கட்டிடம் இன்னும் பூசாமல், தளம் போடாமல் மேலே வாய் பிளக்கும் செங்கல்லும் கீழே புழுதியுமாய் இருந்தது. பத்திருபது பேர் அங்கே கூடி இருந்தார்கள். பிச்சைமணிக்கு இன்றைக்கும் சிவனாண்டியிடம் மாட்டிக் கொள்ள வேண்டாம் எனத் தோன்றியதால் அங்கே போய் ஓரமாயிருந்து எட்டிப் பார்த்தான்.

பஞ்சாயத்து போர்டு டி.வி. வந்து இரண்டு மாதம்தான் ஆகிறது. பிச்சைமணி ஓரிரு முறை அதனை எட்டிப் பார்த்திருக்கிறான். இத்தனூண்டு திரையினைப் பார்த்ததுமே அவனுக்குப் பிடிக்கவில்லை. மூஞ்சி, முகம் தெளிவாயில்லாம என்ன படம்? அதிலும் அவன் பார்த்த சமயங்களில் கல்வி ஒளிபரப்பு என்று ஒரு ஆள், பள்ளிக்கூடத்தில் எழுதுகிற மாதிரி

போர்டு வைத்து எழுதிக் காண்பித்தார். பிறகு என்ன இழவோ, மூஞ்சியெல்லாம் பாசி மாட்டிக்கொண்டு பேரு புள்ளியில்லாத ஜனங்களா வந்து டான்ஸ் ஆடினார்கள். எனவே மேற்கொண்டு அவன் அந்தப் பக்கமே போகவில்லை. இன்று என்ன இன்னேரம் காண்பிக்கிறார்கள் என்று விசாரித்தான்.

''இன்னிக்கி கிரிக்கெட்டு'' என்றான் ஒரு பையன். அப்போதுதான் அந்தக் கூட்டத்தில் பெரும்பாலானவர்கள் விடலைப் பசங்களாயிருப்பதை பிச்சைமணி கவனித்தான். அவர்கள் எல்லோரையும் அவனுக்குத் தெரியும். கைலியைக் கட்டிக்கொண்டு முக்காவாசி நேரம் டீக்கடையில் பேப்பர் படிப்பார்கள். டெய்லர் கடையில் பாட்டுக் கேட்பார்கள். கையில் கதைப் புஸ்தகம் எதையாவது வைத்துக்கொண்டு ஊர்க்கோடிப் பாலத்தில் உட்கார்ந்து நேரங்காலமில்லாமல் பேசிக் கொண்டிருப்பார்கள். எல்லாப் பயல்களும் கொஞ்சம் படிச்ச பயல்கள். வேலைக்குப் போகப் போவதாக ரொம்ப நாளாகவே சொல்லிக்கொண்டு திரிகிறார்கள். ஆனால் ஒருத்தனும் போகக் காணோம். ஆனால் ரொம்ப ஒத்தாசையான பயல்கள். ஒருதரம் ரேஷன் கார்டில் விட்டுப் போன பிச்சைமணியின் பெண்டாட்டி பேரைச் சேர்க்கவும், மற்றொரு தரம் தோட்டத்தில் மீட்டர் தகராறாகி கரண்ட் பில் அதிகமாகவே வருவது பற்றி அதிகாரிக்குப் புகார் செய்யவும் மனு எழுதிக் கொடுத்தார்கள்.

''டீ சாப்பிடுங்கப்பா'' என்று இரண்டு ரூபாய் கொடுத்ததற்கு ''சும்மாருங்கண்ணே, நீங்க வேற. இதுக்குப்போயி'' என்று சிரித்துக்கொண்டே போய் விட்டார்கள். இவனுக்கோ ஆச்சர்யம். இவனாயிருந்தால் ஒருமணி நேரம் எழுதிக் கொடுத்துவிட்டு, குடுக்கிற காசை வேண்டாம் என்று சொல்ல மாட்டான். இவங்கள்லாம் எப்படி பிழைக்கப் போறாங்க என்று மனசுக்குள் அன்று நினைத்துக் கொண்டது பிச்சைமணிக்கு ஞாபகம் வந்தது. அவர்களை வேடிக்கை பார்க்கத் துவங்களினான். மூணு மணி வரைக்கும் பொழுது போக வேண்டுமே.

சரவணன், ''எப்படிரா கண்ணா சாவியக் குடுத்தான் அந்த க்ளார்க்கு'' என்றான்.

கண்ணன் என்கிறவன் டி.வி.யின் ஆண்டெனா வயரை பஞ்சாயத்து, போர்டிலிருந்து நீளமாக இழுத்து வந்து டிவியின் பின்னால் மாட்டிக் கொண்டிருந்தான். அவன் சிரித்துக்கொண்டே எட்டிப் பார்த்து, சும்மா தருவானா நம்மாளு. எல்லா மேட்ச்சும் முடியிற வரைக்கும் அந்தாளுக்கு டீ, சிகரெட் செலவு நம்மதான்னு சொன்னப்புறம்தான் சாவியக் குடுத்தான்.

''இதல யாராவது ஆபீசரு வந்து பாத்துட்டு, என்னய்யா பகல்ல டி.வி. போட்டீங்கன்னு வைவான்னு பயம் வேற அவருக்கு. நாந்தான் யாரு வந்து கேட்டாலும் நாங்க பாத்துக்கிறோம். அப்படின்னு சொல்லி சாவிய வாங்கிட்டோம்'' என்றான் செல்வராசு. இந்தக் கும்பலில் அதிக நாட்கள் வேலையில்லாமல் இருக்கிறவன்.

பிச்சைமணி சற்று புரியாத கூச்சத்துடன், ''சாவி எதுக்கு தம்பி? அதான் இந்த ரூம்புக்கு கதவே இல்லையே'' என்றான்.

அவர்களுக்கு லேசாக சிரிப்பு வந்தாலும், அதை மறைத்துக்கொண்டு ''சாவி ரூமுக்கில்லைண்ணே, டி.வி.க்கு'' என்று கூறி டி.வி.யைக் காண்பித்தார்கள். மரக்கலரில் இருந்த பொட்டியை சாவி போட்டுத் தள்ளி திறந்ததும் திரை தெரிந்தது. பிச்சைமணி, ''அதெப்படி? கதவைரெண்டு பக்கமும் வெலக்கித் தள்ளினா அது பொட்டிக்கு வெளியல்ல வரணும்? ஆனா வரலையே உள்ள போய்ருச்சே'' என்று டெக்னிக்கலாக யோசித்தான். கேட்டும் விட்டான்.

பசங்களில் ஒருத்தன் பிச்சைமணியை டி.வி.யின் அருகில் அழைத்துக் கதவைக் காண்பித்தான். அது ஒரே பலகையில்லை என்றும், கால் இன்ச் அகலமே உடைய பலகைத் துண்டுகளை இணைத்து, அதனைத் தள்ளியதும் அது டி.வி.யின் பக்கவாட்டுப் பகுதியினுள் சுருண்டு கொள்கிறதென்பதையும் விளக்கினான்.

பிச்சைமணிக்கு இரண்டு ஆச்சர்யங்கள். ஒன்று அந்தக் கதவினைப் பற்றியது. பிறிதொன்று, இந்த வேலையத்த பசங்களுக்கும் நம்மள மாதிரி தொழில் நுணுக்கமான விஷயமெல்லாம் தெரிஞ்சிருக்கே என்பது.

''சரி போடுரா. டைமாச்சு'' என்றான் செல்வராசு.

''இன்னைக்கு என்னா காமிக்கிறாங்க தம்பி'' என்றான் பிச்சைமணி அசிரத்தையாக.

''கிரிக்கெட் மேட்சு. இந்தியாவும் பாகிஸ்தானும் வெளையாடுது'' என்றான் முன் வரிசைப் பையன் உற்சாகத்துடன்.

''அப்படியா? அது என்னா மாதிரி விளையாட்றது?''

சரவணன் விளக்கினான். ''அது வந்துண்ணே... இப்ப நம்ம கிட்டி விளையாடுறமில்ல, அது மாதிரி''

''அப்படியா? என்றான் பிச்சைமணி. ஆனால் அவனுக்கு கொஞ்சம் விளங்கவில்லைதான். கிட்டி மாதிரி ஒரு விளையாட்டைப் போய் இந்தியாவும் பாகிஸ்தானும் விளையாடுறது என்னத்துக்கு. அத இந்தப் பொட்டியில் கவர்மெண்டு வேலையத்துக் காமிக்கறதும், அதைப் பார்க்க இந்தப் பயக மெனக்கட்டு பஞ்சாயத்து போர்டு கிளார்க்கையெல்லாம் டீ வாங்கிக்குடுத்து சரிக்கட்டி டி.வி. சாவிய வாங்கி... என்னங்கடா எழவு இதெல்லாம்?'' என்றுதான் தோன்றியது.

ஆனால், உடனேயே இந்தப் பயலுகள் எல்லாம் வேலையத் தவன்கள் என்பதும், ஒரு ''டைப்'' பானவர்கள் என்பதும் ஞாபகத்துக்கு வந்தது. என்றாலும் வேறு வழியில்லை. எதைக்காமிச்சாலும் கொஞ்ச நேரம் பாத்துட்டு, பைய நடையைக் கட்டிரலாம் என நினைத்துக் கொண்டு ஒரு ஓரமாக உட்கார்ந்து கொண்டான்.

விளையாட்டு துவங்கிவிட்டது. கறுப்பு - வெள்ளை டி.வி. எல்லாப் பேருமே வெள்ளை கலரில் துணிபோட்டுக் கொண்டிருந்தார்கள். சில சமயம் முகம் பெரிதாகித் திரையில் வந்தபோது வாயை மென்று கொண்டே இருந்தார்கள். இவர்களில் எவன் இந்தியா, எவன் பாகிஸ்தான் என்கிற தேசிய அடையாளப் பிரச்னை பிச்சைமணிக்கு ஏற்பட்டு அதனைக் கேட்டான்.

அண்ணே, கையில் பேட்டு, அதான் மட்டை, துடுப்பு மாதிரி வச்சுக்கிட்டு பந்தை அடிக்கிறாங்கள்ல. அவங்க ரெண்டுபேரும் நம்மாளுக, இந்தியா. பந்தை எறியறவன், சுத்தி நிக்கிறவன் எல்லாம் பாகிஸ்தான்.

''ஆஹா அப்படியா'' என்று எல்லாம் உணர்ந்தது மாதிரி தலையாட்டிக் கொண்டாலும் அவனுக்குள் தீர்க்கப்படாத சந்தேகங்கள் அலைமோதின. என்னாது, கொஞ்சங்கூட அசிங்கமில்லாம எச்சில் துப்பி அதத் துணியில தொடச்சிக்கிட்டு என்று தோன்றியபோது அதைக் கேட்காமல் வேறு கேள்வி கேட்டான்.

''இந்த விளையாட்டு எப்பிடி? என்னான்னு வெவரமா சொல்லுங்கப்பா...''

சரவணன் டி.வி.யை விட்டுக் கண்ணை விலக்காமல் பலத்த அபிநயங்களுடன் கிரிக்கெட் பற்றிய ஞானோபதேசத்தை பிச்சைமணிக்கு வழங்கத் துவங்கினான்.

''பந்து வருதுல்லண்ணே. அத நம்மாளு அடிச்சுட்டு ஓடணும். எத்தனை தடவை ஓடறோமோ அத்தனை ரன்னு. அதாவது பாயிண்ட்டு மாதிரி. அடிச்ச பந்து கோட்டுக்கு வெளியே உருண்டு போனா நாலு ரன்னு. பவுண்ட்ரி. தரைல படாம பறந்து போனா ஆறு ரன்னு. சிக்ஸர். நம்மாளு பந்தை அடிக்காம விட்டு பந்து அந்த மூணு குச்சில எதிலயாவது பட்டாச்சுன்னா நம்ம ஆளு அவுட்டு. வெளிய வந்துரணும்''

பிச்சைமணிக்கு அந்த விளையாட்டை மேலோட்டமாகத் தெரிந்து கொள்ள அரைமணி நேரம்தான் பிடித்தது. அவனது புரிந்துகொள்ளும் திறமை அந்த மாதிரி. அதற்கும் மேல், அவனுக்கு இந்த விளையாட்டை ஆடிக் காண்பிப்பது மாதிரி இந்திய டீமில் அடுத்த ஒரு மணி நேரத்தில் விதவிதமாக ஐந்து பேர் அவுட் ஆனார்கள். ஒரு ஆள் க்ளீன் போல்டு. ஒரு ரன் அவுட். ஒரு ஆள் ஸ்லிப்பில் கேட்ச். இரண்டு எல்.பி.டபிள்யூ. ஐந்தாவது விக்கெட் விழும்போது நாற்பத்தேழு ரன்தான் எடுத்திருந்தார்கள். செல்வராசுவின் கும்பல் மத்தியில் ஒரு பதற்ற நிலைமை தோன்றிவிட்டது.

''அடப்பாவிகளா, இதென்னாடா இவ்வளவு கேவலமா விளையாட்றாங்க?''

அந்தக் கும்பலில் கண்ணன் மட்டும் பாகிஸ்தானுக்கு சப்போர்ட். கொஞ்சம் வில்லங்கம் பிடித்தவன். எப்போதுமே மெஜாரிட்டிக்கு எதிராகப்

பேசுவதில் ஒரு இன்பம் அவனுக்கு. அவன் சொன்னான். ''இந்திய டீம் ஒண்ணும் நல்ல டீமே கெடையாதுரா. ஸ்கோர் எம்பதைத் தாண்டாது. நீங்க வேணாப் பாருங்க''

''இவன யார்றா உள்ள விட்டது? இவனயெல்லாம் நாட்டை விட்டு வெளியேத்தணும்டா?''

''யேய், கண்ணா. கடுப்படிக்காத. நாங்களே நம்மாளுக விளையாட்டைப் பாத்து நொந்து போயிருக்கம்''

''விளையாட்டுல தெறமைக்குதாண்டா முத இடம். நல்லா விளையாண்டு ஜெயிக்கட்டுமே. நானா வேணாங்கறேன்''

''நல்லாத்தாண்டா ஆடினாங்க. ஆனா ரவி சாஸ்திரி வந்தவுடனே அடிச்சிருக்கக் கூடாது''

''அப்படி லோக்கல் சிக்ஸர் அடிச்சா நாங்கூட பிடிச்சுடுவேன். அக்ரம் விடுவானா?''

''அத விடு. ஸ்ரீக்காந்து பாரு. நல்லா செட் ஆகுறதுக்குள்ள எல்.பி.டபிள்யூ''

''அது அவுட்டே இல்லடா, பந்து ஸ்டம்புக்கு வெளியதான் போச்சு''

''அம்பயர் ஒன் சைடுரா'' என்று ஆளாளுக்கு வல்லுனர் கருத்துக்கள் சொல்லிக் கொண்டிருந்தார்கள்.

பிச்சைமணி, தற்போது இவர்கள் எடுக்கிற பாயிண்டுகளை, பாகிஸ்தான் பத்து பேரும் அவுட் ஆவதற்குள் எடுத்து விட்டால் ஜெயித்து விடும். மாறாக, பாகிஸ்தானின் பத்துபேரும் இவர்கள் எடுக்கும் பாயிண்டுகளை எடுப்பதற்குள் அவுட்டாகி விட்டால் இந்தியா ஜெயித்து விடும் என்று எளிமையாகப் புரிந்துகொண்டு விட்ட அளவுக்கு விற்பன்னனாகி இருந்தான். அவனுக்கும் லேசான சங்கடம்தான். ''இந்தியா தோத்துருமோ'' என்று. ஏனெனில் பயல்கள் எவனும் சுரத்தாகவே இல்லை. இந்தியா மொத்தம் நூற்றுமுப்பது ரன்களில் ''ஆல்-அவுட்'' ஆகியது.

எல்லாப் பயலுகளும் அவரவர் வீட்டில் எழவு விழுந்த மாதிரியான முகத்தோடு வெளியே வந்து சாப்பிடப்போவதை பிள்ளையார் கோவிலின் பெரிசுகள் பார்த்தன.

பிச்சைமணிக்குப் பசி ஞாபகம் வந்தது. தூக்கிலிருந்து கோசக்களியையும் மொச்சைப்பயறுக் குழம்பையும் சாப்பிட்டு விட்டு சட்டியைக் கழுவிக்கொண்டு வந்தபோது, சரவணனும் இன்னொருவனும் மட்டும் வந்திருந்தனர்.

''என்னண்ணே சாப்பிடலியா?''

''சாப்டனே. தூக்கில கொண்டு வந்திருந்தனே சாப்பாடு. சாப்டாச்சு தப்பி''

''அண்ணன் பரவாயில்லயே. சாப்பாடக் கையோட கொண்டு வந்துட்டாரு பார்ரா''

தான் காலையில் வேலைக்கெனக் கிளம்பி வந்தது பிச்சைமணிக்கு நினைவு வந்தது. எங்கோ லேசாக ''சுருக்'' என்றது. என்றபோதிலும், காயில் கடைக்குப் போக இன்னும் நேரமிருக்கிறது. அதுவரைக்கும் இந்த பாகிஸ்தான்காரங்க எப்படி ஆடுறாங்கன்னு பாக்கலாம் என்று தனக்குள் சொல்லிக்கொண்டான்.

''என்னா தம்பி, இந்தியா ஜெயிச்சுடுமா?''

''நிச்சயம் ஜெயிக்காது'' என்றான் கண்ணன். அவனையும் பிள்ளை என்று பெத்து விட்டுருக்கும் அப்பனாத்தாள் மீது பிச்சைமணிக்கு கோபம் தோன்றியது.

மீண்டும் டி.வி.யைப் போட்டார்கள். விளம்பரங்கள் போட ஆரம்பித்தார்கள். பிச்சைமணிக்கு விளம்பரங்களின் மீது சுவாரஸ்யமும் ஆர்வமும் அதற்குள் தோன்றியிருந்தன. ஆட்டத்தின் இடையில் சிறிது நேரம்தான் என்றாலும் எப்படி ஆண்களும் பெண்களும், அவங்க துணிமணிகளும் என்று சந்தோஷமாகப் பார்த்தான்.

ஆட்டம் மீண்டும் துவங்கியது.

முதல் பந்தையே ஒருத்தன் ஓங்கி அடித்து மூன்று ரன்கள் எடுத்தார்கள். நான்காவது பந்தில் இரண்டு ரன்கள். இடையே ஒரு நோ-பால். கடைசிப் பந்து அடித்த அடியில் ஐயோ என்று கதறிக்கொண்டு கோட்டைத் தாண்டியது. முதல் ஓவரில் மொத்தம் பத்து ரன்கள். ஓவர் முடிந்ததும் கண்ணன் சிரித்துக்கொண்டே கைதட்டியவாறு மற்றவர்களைப் பார்த்தான்.

பிச்சைமணி மனதுக்குள் அவசரமாகக் கணக்குப் போட்டான். நூத்தி முப்பதில் பத்து போயாச்சு. இனி நூத்தி இருபதுதான். நூத்தியிருபத்தொண்ணு எடுத்தால், ஐயையோ... பதற்றம் இவனையும் தொற்றிக் கொண்டது.

இரண்டாம் ஓவரின் மூன்றாவது பந்து. அந்த ஓபனர் பெயர் தெரியவில்லை. இறங்கி வந்து தூக்கினான். சிக்ஸர் என்று கண்ணன் கத்தினான். அப்படித்தான் தோன்றியது. ஆனால் கோட்டுக்கு இரண்டடிக்கு முன்பாகவே கீழிறங்கியது. அதனை ஒரு ஆள் ஓடிக்கொண்டே அழகாகப் பிடித்து விட்டான்.

பிச்சைமணி உள்பட அனைவரும் தைதட்டி ''ஓ''வென ஆர்ப்பரித்த சத்தம் அந்த கிராமத்துக்குப் புதியது.

அந்த மேட்ச்சில் ஆச்சர்யங்கள் தொடர்ந்தன. அடுத்த நான்கு விக்கெட்டுகளும் ''ஸ்லிப்'' பில் தொடர்ந்து கேட்ச் கொடுத்து, அடுத்தடுத்து அவுட் ஆனார்கள். ஐம்பது ரன்களுக்குள் ஐந்து விக்கெட்டுகள். அதன் பின்பு எழுபத்து மூன்று ரன் வரை விக்கெட் விழவில்லை. எனவே நிலவிய உற்சாகம் சட்டென்று மாறி மீண்டும் அமைதி நிலவியது.

புதிதாக வந்து உள்ளே உட்கார்ந்த ஒரு பொடியன ''ஏய் நீ வெளியே போய் நின்னாத்தாண்டா விக்கெட் அவுட் ஆகும்'' என்று அராஜகம் பண்ணி விரட்டினார்கள். எழுபத்தி மூன்றில் ஆன ஒரு ''ரன் அவுட்'' டைத் தொடர்ந்து மீண்டும் விக்கெட்டுகள் சரியத் தொடங்கின. மொத்தம் நூற்றியேழு ரன்கள்ல் ''ஆல் அவுட்'' ஆகி இந்தியா இருபத்திமூன்று ரன்கள் வித்தியாசத்தில் ஜெயித்து விட்டது.

மகிழ்ச்சிக் களிப்புடன் அனைவரும் வெளியே வந்தனர், செல்வராஜ் இந்தியா வெற்றியை முன்னிட்டு எல்லோருக்கும் "டீ" வாங்கிக் கொடுத்தான்.

டீ குடித்த பின்புதான் பிச்சைமணி நேரத்தைக் கவனித்தான். இனி காயில் கடைக்கு பஸ்ஸில் போனாலே "லேட்" தான். அப்படியிருக்கையில் நடந்து போவதில் பிரயோஜனமில்லை. எனவே வீட்டை நோக்கி வேகமாக நடந்தான்.

அவன் மனசில் இப்போது ஒரே ஒரு சிந்தனைதான் இருந்தது. விரைவில் விற்காததை விற்றாவது ஒரு டி.வி. வாங்கிவிட வேண்டும் என்ற எண்ணம் நிறைந்திருந்தது.

வீட்டில் பிச்சைமணியின் மனைவி செல்லம்மா கேட்டாள் "என்னாங்க, பஸ் வல்லயாமே? நடந்தா வேலைக்குப் போனீங்க?"

"இல்லை செல்லம்மா, வேலைக்கு இன்னைக்கிப் போகலை"

"அப்படின்னா வீட்டுக்கு வர வேண்டியதுதானே. இம்புட்டு நேரம் என்ன?"

பிச்சைமணி லேசான தயக்கத்துடன் சொன்னான்

"டி.வி. பார்த்துக்கிட்டிருந்தேன்"

அவள் நம்ப முடியாத ஆச்சரியத்துடன் அவனைப் பார்த்தாள்.

அரூப மிருகம்

எஸ். ராமகிருஷ்ணன்

தண்டஹாரண்யத்தில் பாதைகள் கிளைக்காத நாட்களில் மூர்க்க விலங்குகளும், நீரோட்டத்தின் சப்தம் அருந்தி நிற்கும் மரங்களும், ததும்பிக் கொண்டிருக்கும் இருளும் கூடின வனவெளியில் ஒரு ரிஷியும் ரிஷிகுமாரனுமிருந்தார்கள். யாகநெருப்பின் முன் ரிஷி,மந்திர உச்சாடனங்களைச் சுழற்றியவனாயிருந்தான். வாலிபனாயிருந்தபோதும் ரிஷிகுமாரன் பழக்கப்படாத குதிரையைப்போல வனமெங்கும் அலைந்து கொண்டிருந்ததால் அவன் கண்கள் செம்மையேறியிருந்தன. மிருகங்களைப் போலவே தனது வேட்கையின் மீது மறைந்து தாக்கி ருசிக்கப் பழகியிருந்தவனைக் காட்டுப் பழங்களும், தண்ணீரும் வலிமையாக்கியிருந்தது. ஓய்வில்லாமல் அவன் சுற்றிக் கொண்டேயிருந்த வழியில் அவன் காலடியோசையில் திடுக்கிட்டு குரங்குகள் மரம் தாவின. அவன் தன்முன் விரிந்திருக்கும் உலகினை தனது கண்களாலும் பற்களாலும் கவ்விக் கிழித்தபடி சென்றலைந்தான். அந்த வனத்தின் மேற்குப் பகுதியில் ஓடிய நதிக்கரையில் ஒரு நகரமிருந்தது. அங்கிருந்து எப்போதாவது வன வேட்கைக்காக வரும் வீரர்கள்கூட இலைகளின் நரம்பு வழியே ரிஷிபுத்திரன் பதுங்கி நிசப்தமாக விழித்துப் பார்த்துக் கொண்டிருப்பதைக் கண்டதும் குரல் துண்டிக்கப்பட்டவர்களாக மிரட்சி கொள்ள

பின்னோடுவார்கள். தன்னை எதிர்கொள்ளும் யாவர் முகமும் சுழித்து விலகுவதேன் என அறிய அவன் தன் தகப்பனிடம் கேட்டதற்கு ரிஷி சொன்னான்.

''நீ யாவரையும் பயம்கொள்ளச் செய்கிறாய்''

ரிஷிகுமாரனுக்குப் புரியவேயில்லை. அவன் தகப்பனிடம் திரும்பவும் கேட்டான்.

''பயமென்றால் என்ன? நீ எனக்கு அதைக் கற்றுத் தரவில்லையே. பயத்தின் ருசியே எனக்குத் தெரியாதே''

மகனின் ஆழமான கண்களைக் கண்டவனாக ரிஷி சொன்னான்.

''வேண்டாம். அதன் ருசி உன்னை உதிர்ந்து காய்ந்த இலைச்சுருளைவிட பலவீனமாக்கிவிடும்''

ரிஷிகுமாரன் சமாதானம் கொள்ளவில்லை. மறுபடியும் கேட்டான்.

''பயம் என்பதன் வாசனையை நான் நுகரக்கூடாதா? அது என் நாசியில் ஏறிச் செல்லவே நான் ஆசைப்படுகிறேன். பயத்தை எப்படி நான் அறிந்து கொள்வது என்பதை மட்டும் சொல்''

ரிஷி நிசப்தமானான். மகனை இரவுவரை காத்திருக்கச் சொன்னான். அன்றிரவில் ஓசையடங்கிய பெருவெளியில் எரியும் சிறு தழல் முன் இருவரும் அமர்ந்திருந்தனர். ரிஷி சொன்னான்,

''பயம் ஒரு மின்னலைப் போல தோன்றி மறையக்கூடியது. அதன் ஓசையும் வெடிப்பும் வலிமையானது. ஒரு துள்ளலில் எங்கும் பரவிப் பெருகக்கூடியது'' ரிஷிகுமாரன் ஆச்சரியத்தோடு சொன்னான்.

''மின்னல் எனக்கு உவப்பாகத்தானேயிருக்கிறது. அதன் ஒளியைப் பலமுறை கைகளில் ஏந்திக் குடித்திருக்கிறேன. பயம் அத்தனை வசீகரமானதா?'' ரிஷி நிசப்தம் கொண்டுவிட்டான். இருள் கூடிக்கொண்டே வந்தது. முகம் அறியாதபடி இருள் கூர்ந்து நிரம்பியது. இருவரும் நெடுநேரம் உறக்கமற்றுக் கிடந்தனர். எதனெதன் ஓசைகளோ வெடிப்பதும் ஒடுங்குவதுமாக இருந்தன. ரிஷி சொன்னான்.

''உன்னையும் என்னையும் விழுங்கிக் கொண்டிருக்கும் இந்த இருளின் கருணையில்கூட பயம் மலர்ந்திருக்கிறது குமாரா. பயம் தன் உடலெங்கும் கால்கள் கொண்டது. நடமாட்ட சப்தம்கூட இல்லாதது. இந்த இருள் பயத்தின் ஒரு மலர்தான்''

மகன் பெருமூச்சிட்டபடியே பதில் தந்தான்.

''இருளின் அலைகள் என் மீது மோதிச் சரிவது சுகமாகயிருக்கிறதே. இருள் துயிலின் வெதுவெதுப்பையல்லவா கொண்டிருக்கிறது. இந்தக் கரிய மலரைப் போல சுகந்தமானதுதானா பயம்?''

ரிஷியின் குரல் ஒடுங்கிவிட்டது. அவர்கள் திரும்பவும் பேசிக் கொள்ளவேயில்லை. காற்று கடந்து சென்றபடியிருந்தது. துயிலின் மென்தூவல்கள் நிரம்பின. சொப்பனங்களின் மெல்லிய படலம் எங்கும் விரிவு கொண்டது. ரிஷி துர்சொப்பனத்தில் வீழ்ந்து கொண்டிருந்தான். அரூப மிருகங்களின் பாய்ச்சலில் திடுக்கிட்டு அலறி எழுந்த போது ரிஷி தொலைவில் எரியும் நட்சத்திரங்களை கண்டபடி தன் மகன் நிற்பதைக் கண்டான். அவனருகே வந்த ரிஷி,

''சொப்பனத்தின் வீதியில் பயம் ஒளிந்து காத்திருக்கிறது. அது ஒரே நேரத்தில் நாலு திசையும் வளர்கிறது. அதன் தாடை மீறிய பற்கள் சதா மினுங்கிக் கொண்டேயிருக்கின்றன'' என்றான்.

ரிஷிகுமாரன் தானும சொப்பனத்தில் விழித்தெழுந்தாகவே சொன்னான்.

''சொப்பனம் புலன்களின் வேட்டை மைதானமாகத்தானிருந்தது. அங்கே பயமென்னும் மிருகத்தின் கால்தடத்தினைக்கூட நான் காண முடிந்ததில்லை தந்தையே''

ரிஷி இனி தன் குமாரனுக்குக் கற்றுத்தர எதுவுமில்லை என்றவனாகக் கடந்து போனான். தனது பதிலற்ற கேள்வியைச் சுமந்து திரிபவனாக ரிஷிகுமாரன் அலைந்து கொண்டிருந்தான். ஒரு நாளில் ரிஷி அவனை அழைத்து,

''மேற்கில் நதியைக் கடந்து காணும் நகரத்திற்குச் சென்றால் நீ பயத்தைக் கண்டு வரலாமென்றான்''

ரிஷிகுமாரன், ''நகரம் பயத்தின் வசிப்பிடமா?'' எனக் கேட்டதற்கு, ''அது ஒரு தப்பியலையும் விலங்கு. நகரின் ஏதாவது ஒரு பதுங்கு முனையில் கண்கள் ஒளிர அது ஒளிந்திருப்பதை நீ கண்டடைவாய்'' எனப் புறப்படச் செய்தான்.

வேடுவனைப் போல ரிஷிகுமாரன் வனத்தினின்று வெளியேறினான். நதியில் தன்னை எதிர்கொள்வதைத் தவிர்த்த முகம் விலக்கி நகரம் வந்து சேர்ந்தான்.

இயக்கத்தின் துள்ளல்கூடிய நகரம் சப்தத்தால் நிரம்பியிருந்தது. குறுக்குச் சந்துகளிலும் கருத்துப் பாசியேறிய சுவர் வரிசைகளிலும் தேடியலைந்தான். பயத்தின் மூச்சுச் சப்தம்கூடக் கேட்க முடியவில்லை. இரவு நகரின்மீது படர்ந்தது. இடிபாடுகள் கொண்ட கற்கோவிலின் வெளியே படுத்துக் கிடந்தான். நள்ளிரவிற்குப் பிறகு இருவரின் பேச்சுக்குரல் கேட்டது.

''பயந்துபோய் நீ கயிற்றை விட்டுவிட்டால் காரியம் கெட்டுவிடும்'' என்றது ஒரு குரல். உடனே மறுகுரல்,

''முதல் தடவை என்பதால் பயமாக உள்ளது. வீரர்கள் விழித்துக்கொண்டு நாம் அகப்பட்டுவிட்டால் சாவு நிச்சயம். அந்தப் பயம் நடுக்கமடையச் செய்கிறது'' என்றது.

ரிஷிகுமாரன் பாய்ந்து அவர்களருகே சென்றான். கள்வர்களில் மூத்தவன் சட்டென தன் குறுவாளை உருவி நின்றான். ரிஷிகுமாரனின் குரல் எழுந்தது.

''நீ பயத்தைக் கண்டிருக்கிறாயா? அது எங்கே ஒளிந்திருக்கிறது. நான் அதைத் தேடியலைந்து கொண்டிருக்கிறேன்''

இளையவன் பலமாகச் சிரித்தான். வயதான கள்வன் சிரிக்கவில்லை. ரிஷிகுமாரனின் உருவத்தையும், வேகத்தையும் கண்டவனாகச் சொன்னான்.

''அது என்னைக் கண்டிருக்கிறது. வளர்ப்பு நாயைப்போல என் காலைச் சுற்றி நக்கிப் போகக்கூடியது பயம். நான் உன்னை அதன் வசிப்பிடத்திற்கே கூட்டிப் போக முடியும். உனக்குக் கயிற்றைப் பற்றி ஏறத் தெரியுமா?'' என்றவனாக அவனையும் உடனழைத்துக் கொண்டு அரசனின் அந்தரங்க அறைய ஒட்டிய கோட்டைச் சுவரைப் பற்றி மேல் ஏறினார்கள். வயதானவன் தனது பையில் இருந்த பிடிசாம்பலை எடுத்துக் காற்றில் ஊதினான். பால்யத்தில் மறைந்து புதைவுகொண்ட குழந்தைகளின் எலும்புகளின் சாம்பல் அதுவென்றும் யாவரையும் உறக்கத்தின் பிடியில் அது வசமாக்கும் என்றான். இருவரும் அந்தரங்க அறைக்குள் புகுந்தனர். வயதான கள்வன் தனக்குத் தேவையானதைத் திருடிக்கொண்டான். ரிஷிகுமாரனின் கண்கள் ஒளிர்ந்து கொண்டேயிருந்தன. வயதானவன் அறையை விட்டு வெளியேறும் முன்பு,

''நீ தேடி வந்த மிருகம் அடுத்த அறயில் உறங்கிக் கொண்டிருக்கிறது. துயில் கலைந்து அதன் முகத்தை நேர்கொள்'' என்றவனாக மதில் சுவர் தாவி நீங்கினான். அடுத்த அறைக்குள் ரிஷிகுமாரன் நுழைந்தபோது இரண்டு சுடர்கள் எரிந்து கொண்டிருந்தன. படுக்கையில் ஒரு இளம்பெண் கேசம் கலைய உறங்கிக் கொண்டிருந்தாள். அவளருகே குனிந்து தன் இரு கைகளாலும் முகம் பற்றித் தூக்கியபோது விழித்த அவள் பதற்றம் மீறி குரலிட்டதும், அவன் தன் பிடியை நழுவவிட்டு ஏமாற்றமுற்றவனைப்போல அறையில் திரைச்சீலைகளின் பக்கம் திரும்பினான். அவள் தோள்வரை சரிந்த கேசம்கொண்டு, வனவேடனைப் போலிருந்த மனிதனைக் கண்டாள். அவன் கண்கள் எதையோ தேடுவதை உணர்ந்தவளாகக் கேட்டாள்.

''நீ எதைத்தான் தேடுகிறாய்?''

அவன் தனக்குத்தானே சொல்வதுபோல பேசினான்.

''பயத்தைத் தேடியலைகிறேன். நீ எப்போதாவது அதைக் கண்டிருக்கிறாயா?''

அவள் வியப்போடு அவனைப் பார்த்துக் கொண்டிருக்கும்போது குரல்கேட்டு வந்த காவலர்களின் வாள்நுனி அவன் தாடையை உராய்ந்தது.

அவர்களை விலக்கித் திமிறி நடந்தபோது வாள்நுனி முகத்தில் பாய்ந்தது. அவள் வீரர்களை விலக்கி அவனருகே வந்தவளாகக் கேட்டாள்.

''இவற் வாளின் நுனியில் என்ன பார்க்கிறாய்?''

அவன் தன் ரத்தத்தின் துளிர்ப்பை அறிந்தவனாக, தாக்குதல் என்ற உதிர விளையாட்டினை நான் முன்னமே அறிந்திருக்கிறேன் என்றபடி தப்பி சரிந்து மதில் சாடி ஏறும்போது அரண்மனையன்றி வேறிடம் கண்டிராத இளவரசி அவனிடம் சொன்னாள்,

''என்னை நீ இங்கிருந்து தூக்கிக்கொண்டு இந்த தேச எல்லையைக் கடந்து தப்பிப்போக முடியுமானால் உனக்கு பயமென்பதை நான் அறிய வைப்பேன்'' அவன் மூர்க்கம் மீறியவனாக வீரர்களைச் சுழற்றி வீசி அவளைத் தன் வசப்படுத்திக்கொண்டு தாவும்போது வாள்நுனி அவன் உடலை ரணப்படுத்தியது. முதுகில் அம்புகள் ஏறின. அவன் கவனம் பிசகாமல் தப்பினான்.

இரண்டு நாட்களின் தொலைவில் தேச எல்லையத் தாண்டிய அவர்கள் களைப்புற்றிருந்தார்கள். அவன் ரணமேறிய உடலோடு நடந்தான். உடல் நோவும் அசதியுமாக மிக மெதுவாக நடந்தார்கள். செம்பாலை விரிந்த நிலமாக முடிவுற்றிருந்தது. அவன் இரவில் உடல் வேதனை தாளாது முனகும் போது அவள்,

''உன்னைத் துரத்தியவர்களின் வாள் முனையில் பயத்தின் நாவு நீண்டு உன் உயிரைப் பற்ற முயன்றதை நீ காணவில்லையா? உன் உடலின் ரணம், வேதனை யாவும் பயத்தின் பற்கள் பதிந்ததுதானே?'' என்றாள்.

அவனோ உடல் வேதனை, பழகிய ருசியென மறுதலித்தான்.

செம்புழுதிகள் பொங்கியபடியிருந்த மணல்வெளியில் அவர்கள் போய்க் கொண்டேயிருந்தனர். இனி நடக்க முடியாதென அவள் வீழ்ச்சியுற்ற இடத்தில் அமர்ந்தனர். நாவுலர்ந்தவளாக பசியும் தாகமும் கொண்டிருந்தாள். அவன் கானலின் நெடிய சாலையில் தனியனாக அலைந்து எங்கிருந்தோ சில கூழாங்கற்களைக் கொண்டு வந்தான். அது ஈரமேறியிருந்தது. அந்தக் கற்களைச் சுவைத்துக் கொண்டிருந்தால் தாகம்

சாந்தியாகுமென்றான். அவர்கள் பின் நிசப்தமாக வீழ்ந்தனர். காற்று இரவெல்லாம் ஓடியலைந்தது. அவள் காற்றின் படபடப்பில் தன் கேசம் சரியச் சொன்னாள்,

''நீ பசியால் வீழ்ந்து கொண்டிருக்கிறாய். பயம் உன் நிழலைப் போல காலை வட்டமிட்டு அலைவதை நான் காண்கிறேன்''

அவன் விழித்துக் கொண்டவன் போல பதில் பேசினான்.

''பசியின் குரலுக்கு நான் செவி கொடுக்காதவன். என்னைத் தொடரும் நிழலைப் போல எடையற்றும் மெலிவானதும்தானா பயம்''

அவள் பின் எதையும் பேசிக்கொள்ளவில்லை. பகலும் இரவும் அவர்களைக் கடந்து சென்றன. இரவில் கடந்து செல்லும் நட்சத்திரங்களைத் தவிர வேறு நடமாட்டமேயில்லை. அவள் சில நாட்களிலே மிகுந்த பலவீனமாகிப் போனாள். செம்புழுதியேறி அவள் மூச்சுக்காற்றுகூட உஷ்ணமாகியது. உலர்ந்த கண்களோடு தாகம், தாகமென வீழ்ந்து கிடந்தாள். அவன் புழுதியை முகர்ந்தபடி நெடும்தூரம் சுற்றியலைந்தான். ஒவ்வொரு இரவிலும் அவளிடம் சொல்வான்.

இன்றைக்கும் நான் அந்த மிருகத்தைத் தேடியலைந்து காணாமல் திரும்பிவிட்டேன். அதன் நிறம்தான் என்ன? அது எதைப்போல இருக்குமென பிடிபடவேயில்லையே? அவள் பெருமூச்சிட்டுக் கொள்வாள். ஒரு பகலில் அவள் மயங்கிச் சரியும் கண்களுடன் நீர் வேட்கையில் தன்னை முத்தமிடச் சொன்னாள். அவன் கைளால் முகம் பற்றி முத்தமிட்டான். இரு உதடுகளும் கவ்விக்கொண்டன.

ரத்தம் அரும்பிய வலியோடு உதடு பிரித்து அவள் சொன்னாள்.

''நான் நடுங்கிக் கொண்டேயிருக்கிறேன். சாவின் ஈரமேறிய நாக்கு என் நெற்றியைத் தடவுகிறது''

அவள் கைகளைப் பற்றியபடி அமர்ந்திருந்தான். பிதற்றம் கொண்டவளைப்போல அவள் இரவில் ஏதேதோ பேசிக் கொண்டிருந்தாள். பின் உதடோசை நின்றது. மறுநாளின் காலையில் அவள்

நடுக்கம் கூடிவிட்டது. அவனைப் பற்றி கடைசியாக முத்தமிட விரும்பினாள். அவன் கேசம் கலைத்து, தாங்கி அவளை முத்தமிட முனைந்தான். அவள் உதடுகள் பிரியவில்லை. பல் கட்டிக் கொண்டது. அவளைத் தரையில் கிடத்தினான். அவள் திரும்பவும் அவனைத் தலையைத் தூக்கச் சொன்னாள். உஷ்ணமேறிய மூச்சோடு அவள் உதடுகள் பிரிந்து வலிந்து அவன் உதட்டைக் கவ்வின. அதன் சுவை உடல் நரம்புகளில் எரியத் தொடங்கியது. தன்னைவிட்டு சுவை பிரிந்துவிடக்கூடாதென வலிய உதடால் சுவைத்துக் கொண்டேயிருந்தான். சுவை மெல்லத் திரிந்து துவர்ப்பேறிக் கொண்டிருந்தது. அவன் நிமிர்ந்து தன் கண்களால் அவளை நோக்கும்போது அவள் இமையோரங்களைக் கண்டான்.

பயமெனும் சிற்றெறும்புகள் அவள் இமையினின்று ஊர்ந்து வெளியே சென்று கொண்டிருந்தன. அவன் அதன் ஊர்தலைக் கவனித்துக் கொண்டிருந்தபோது எறும்புகள் அவன் கண்களில் தொற்றி ஏறி கண்ணிற்குள் போவதை அறிந்தான். அவள் சரிந்து வீழ்ந்தாள். இமை விளிம்பில் ஒரு எறும்பு கடித்த வலி துளிர்க்க தன் கண்களைக் கசக்கிக்கொண்டு வீழ்ந்த உடலைக் கண்டான்.

பலநூறு சாரைகளாக எறும்புகள் அவள் முகத்தினின்று ஊர்ந்து பற்கள் நாசி உடலெங்கும் இறங்கின. அவளிடம் சலனமில்லை. அவள் உடலைத் தடவி எறும்புகளை விலக்கியவனின் கைகள் மெதுவாக நடுங்கத் துவங்கியிருந்தன. சலனமற்ற வெண் உடலை பார்த்தபடியிருந்தான். எங்கிருந்தோ சிறு குருவிகள் கீச்சிட்டபடி வானில் பறந்தன. தொலைவில் ஒரு மின்னல் தோன்றி பீறிட்டது. எங்கோ பெய்யும் மழையின் காற்று சிதறிப்போன துளியின் வலி தாள முடியாது அவன் கூச்சலிட்டான். பெருவெளியின் தனிமையில் பயமெனும் சில்வண்டுகள் ரீங்காரமிடத் துவங்கின. உதட்டில் அவள் புகட்டிய சாவின் சாறு சுரந்து கொண்டேயிருந்து. அவள் செம்மண்ணேறிக் கிடந்தாள். மணலின் சுழியை வளையமிட்டபடி பூமி கீறிய செவ்வெலி ஒன்று தலையைத் தூக்கிப் பார்த்தபடி ஓடி அவள் பாதமருகே வந்து விரல்களைக் கருமிடத்

துவங்கியது. அதனை விரட்ட நினைத்து சப்தமிட முனைந்தபோது பலவீனனாக சோகை கொண்டு கிடந்தான். எங்கிருந்தோ வாசனையறிந்த செவ்வெலிகள் கூட்டமாகத் தாவி வந்துகொண்டிருந்தன. தன் இரு கைகளையும் தட்டி சப்தம் செய்ய தன் பலம் அத்தனையும் சேர்த்துக் கைகளை அசைத்தபோதும் ஓசை பிறக்கவில்லை. பிறகு நாவு மடங்க அவனும் புழுதியில் வீழ்ந்தான்.

பச்சை இருளன்
பவாசெல்லதுரை

புகை தந்த மயக்கத்தில் திமிரிச் சரிந்தன எலிகள். மூன்றுநாள் அடை மழை தாங்கும் நிலவெளிக்குப் பயந்து இதமான சூட்டில் தன் வளைகளின் நீளத்தை விஸ்தரிக்க எத்தனித்த பொழுதில்தான் இரண்டு பக்கங்களிலிருந்தும் புகை. தப்பிக்க நினைத்த பக்கங்களிலெல்லாம் புகை. தப்பிக்க நினைத்த பக்கங்களிலெல்லாம் செம்மண் பூசி மெழுகி இருந்தது. கூர்மையாகிப் போயிருந்த முகமும், விஷமேறிய பற்களும் மண்ணின் பலத்தில் சிதிலமடைந்தன. திட்டமிடப்பட்ட தாக்குதலில் தப்பிக்க வழியில்லை. கிழக்கு பக்கவளை மீது கவிழ்த்து வைக்கப்பட்ட மண் சட்டியில் கங்கு வெறித்தனத்தோடு புகைந்து கொண்டிருந்தது. தேடித் தேடி மற்ற வளைகள் செம்மண் பூசலால் அடைந்து போயிருந்தன. உடைந்த சட்டியில் புதைந்திருந்த வன்மம் நிறைந்த வாய், வெற்றுவெளியிலிருந்து காற்றைச் சட்டிக்குள் புகுத்தி புகை பரப்பிக் கொண்டிருந்த கொலை வெறியில் இருந்து தப்பிக்க முடியாமல் திமிறிச் சரிந்த ராஜ எலியை, வெளியே கொண்டு வந்து காலில் சங்கிலி பிணைத்து, இரண்டு கைகளும் பின்பக்கமாக அழுக்கேறிய வேட்டியால் பிணையப்பட்டு, அசைவற்று, கிடந்த பச்சை இருளனை ரெட்டை மாட்டு வண்டியிலேற்றி, கூட்டு மொளையில் இழுத்துக்கட்டி இருந்தார்கள். உடன்

வண்டியிலிருந்தவர்களின் முகங்களும், பின்னால் நடந்தவர்களின் முகங்களும் மரணத்தால் வெளிறிப் போயிருந்தது. உடம்பின் நடுக்கத்தில் கால்கள் பின்னி மாடுகள் அசைவின்றி நின்றிருந்தன. மரணத்தால் பயமேறிப் போயிருந்த ஆட்கள் அதே வெறியோடு வால்களைக் கவ்வி மாடுகளை விரட்டினார்கள். செய்தி காற்றில் அலைந்து மலைக்குன்றுகளின் இடைவெளிகளில் நுழைந்து ஊரெங்கும் பரவியது.

வெளியே வரப் பயந்த மக்கள் வீட்டுக்குள்ளேயே முடங்கி ஊரை அமைதியாக்கியிருந்தனர். கிடைகளில் நிலவிய அமைதி, மொத்த ஆடுகளும், மரணித்த சந்தேகத்தை கோனார்களுக்கு அவ்வப்போது உருவாக்கியும், பயந்து மிரண்ட அதன் கண்கள் அவைகளின் இருப்பையும் மாறி மாறிச் சொல்லிக் கொண்டிருந்தது.

அந்த இரவு வன்மம் நிறைந்ததாயிருந்தது. பச்சை இருளனின் முழிப்பிற்கு எதிர் நிற்க வலுவற்றுப் போயிருந்தது ஊர். குரலறுந்த கறுப்பு நாய்கூட கூரைவீட்டுச் சந்தில் அசைவற்று படுத்திருந்தது. அதையும் மீறி அதன் மேலும், கீழும் அசைந்த வயிறு பார்த்த எவரையும் பயமுறுத்தியது.

நீண்ட யோசனைக்குப் பின்பே பண்டாரியார், ஜமீன் கட்டிடத்தின் வாசலில் அடர்ந்திருந்த மகுடமரத்தில் கட்டச் சொன்னார். மயக்கத்திலிருந்த பச்சை இருளன் குபீரெனத் தாக்கிய மகிழம் பூக்களின் வாசனையில் கண்விழித்தான். நிதானிக்க சில நாழிகைகளே போதுமானதாய் இருந்தது. கறுப்பேறி வளைந்த நூக்க மர நாற்காலியில் சாய்ந்திருந்த பண்டாரியார், அவன் முழிப்பில் அச்சப்பட்டு நாற்காலி நுனிக்கு வந்திருந்தார். சுற்றிலும் நின்றிருந்த ஆட்கள் அவர் முக அசைவுகளிலேயே புதைந்திருந்தனர்.

எவர் கண்ணும் தவறியும் பச்சை இருளன் பக்கம் திரும்பாமல் இருந்தது. பண்டாரியாரின் பிள்ளைகள் மட்டுமே பயமற்று இருந்தனர். குன்றுகளுக்குள் அமைக்கப்பட்டிருந்த தன் வம்சாவழி அரண்மனை, சுற்றிலும் காவலிருந்த அடிமைப் பறையன்கள், அப்பாவின் கண் அசைவிற்கு நின்ற ஊர், தோட்டு, கம்பத்தம் எல்லாரும் அவர்களுக்கு உரமேற்றி இருந்தன. கேள்விப்பட்டிருந்த பச்சை இருளனின் இரவுகள்

பயமேற்றி இருந்தாலும் இப்போது முற்றிலும் வேறுமாதிரியான ஆட்களாகி அவனை வேடிக்கைப் பொருளாக்க எத்தனித்தார்கள். நிமானமற்றுப் போயிருந்த கண்களில் ஒவ்வொருவனாகக் கொண்டுவந்து கொண்டிருந்தான் அவன். அந்தப் பார்வைக்குப் பயந்து, நின்ற இடத்திலேயே புதர்களில் பதுங்கினார்கள். எல்லோருக்கும் தெரிந்திருந்தது. அவன் உறுமி உதறும் ஒரே உதறலில் உயிருக்குப் பயந்து ஓடப் போகும் பெருநரிகளும், மூர்க்கத்தால் உருவேறியிருந்த துஷ்ட மிருகங்களும் அவன் உடம்புக்குள்ளேயே படுத்திருந்தன.

மௌனம் அதுவாகவே உடைந்தது. சகடை வண்டியை இழுத்து வர நாலைந்து ஒட்டர்கள் ஓடினார்கள். ஒருவரும் ஒரு வார்த்தையும் பேசாமல் வண்டியின் மேல், சுற்றிலும் கம்பிப் பூண் போட்ட இரும்புக் கூண்டை ஏற்றினார்கள். கண்களில் நெருப்புத் துளிகள் உருள பெரும் மூர்க்கத்தோடு படுத்திருந்த பெருநரி எழுந்து உள்ளுக்குள்ளேயே நடமாட ஆரம்பித்தது. பண்டாரியாரின் பெரும் கத்தலுக்குச் சகல பணிவோடும் எதிரில் நின்றான் கட்டைய இருளன். நரியற்று இருந்த வெற்றுக் கூண்டு மகுடமரத்தை ஒட்டி நிறுத்தப்பட்டது. இறுகி இருந்த கட்டை அவிழ்க்க முடியாமல் கட்டைய இருளனின் கைகள் நடுங்கின. அவன் பார்வை மகுடமரத்து வேர்வரை போயிருந்தது. அடி திம்மையளவிற்கு நீண்டிருந்த பச்சை இருளனின் தொடைகளைச் சந்திக்கவும் திராணியற்று இருந்தான். திமிராமல், முரண்டு பிடிக்காமல் அவமானப்பட்டிருந்த அவனைக் கூண்டுக்குள் இழுத்துப் பூட்டவே முன்னிரவு முழுக்கத் தேவையாய் இருந்தது. தலை கூண்டுக்குள் நுழையும்போது கம்பிகளுக்கிடையே ஜமீன் மாடியிலிருந்து ஒளிர்ந்த பச்சை மரகத வெளிச்சம் பட்டு கண் கூசினான். சுற்றிலும் இருந்தவர்கள் வெளிச்சப் பிரக்ஞையற்று இருந்ததையும் அவன் கவனித்தான்.

ஜமீனுக்குள் அடைபட்டிருந்த பச்சை மரகத லிங்கத்தைப் பற்றிய செய்தியை ஊர் தேக்கி வைத்திருந்தது தெரியும் அவனுக்கு. யாராலும் நெருங்க முடியாத அதன் வெளிச்சம் அவனைக் கதிகலங்க வைத்திருக்கிறது. அதை நகர்த்திவிடத் துடித்த பொழுதுகளை, கேள்விப்பட்டிருந்த கதைகள் தடுத்திருந்தன. ஊரும் உலகமும் நெருங்க

முடியாத தூரத்திலும் பாதுகாப்பிலும், அழகிலும் உறைந்து போயிருந்த பச்சை மரகத வெளிச்சம் அவனை ஒன்றுமில்லாதவனாக்கி இருந்தது. பெண் ஸ்பரிசம் படாமல் முறுக்கேறியிருந்த உடம்பு லகுவாகிக் கொண்டிருந்தது.

கம்பிக் கதவுகள் சாத்தி இரும்புப் பூண் இழுத்துப் பூட்டப்பட்டபோதும், அசைவற்று இருந்தான். ஆள் கூண்டின் தலையில் கால் ஊன்றி, எழுந்து நின்று அசைகிற அளவுக்கு அனுக்குமலைத் தச்சனால் மெருகேறி இருந்தது நரிப்பூண். அன்றைய பின் இரவு முழுக்க நின்று அசையாமல் ஜமீன் வீட்டின் மேல்மாடியில் ஒளிர்ந்த வெளிச்சத்தையே தேடிக்கொண்டிருந்தான் பச்சை இருளன்.

பயத்தில் உறைந்திருந்த ஊரை பெரிய தொந்தாலியின் தமுக்குச் சத்தம் எழுப்பிவிட்டது. ஐப்பசிக் குளிரில் சில்லிட்டிருந்த உடம்புகளில் ஆர்வமும் பயமும் பரவ, வீட்டின் வெளியே வராமல் உள்ளுக்குள்ளேயே மறைந்து மறைந்து தெருவை கவனித்தார்கள்.

தொந்தாலியின் தமுக்குச் சத்ததினூடே சகடை வண்டி, கட்டைய இருளன் வகையாறக்களால் மெல்ல அசைந்து வந்து கொண்டிருந்தது. பெரும் சத்தத்தில் பெருநரி கூண்டுக்குள் குதியாளம் போட்டு, எதன்மீதும் பற்றற்றவனாய், ஆனால் கண்கள் எதற்கோ ஏங்குபவை போல கூண்டுக்கு வெளியே நின்ற பச்சை இருளனின் முழு உருவம், பெரு நரியைப் பயமுறுத்தி உடனேயே கூண்டுக்குள்ளேயே படுக்க வைத்தது.

தெருத் தெருவாய் சகடை வண்டி இழுபட, பேச்சற்று நின்று கொண்டிருந்தான். மண்ணில் ஊனப்பட்ட விதைகளின் பாதி முளைப்பாய், மர ஜன்னல்களில் பாதிப்பாதி கண்கள் முளைத்தும், மறைந்தும் அவனுக்குப் போக்குக் காட்டிக் கொண்டிருந்தன. அந்த ஊர் சுற்றலின் அவமானம் அவனுக்கு இல்லாமல் இருந்தது. சகடை வண்டி கூண்டில் அடைப்பட்ட நிமிடத்து அந்த வெளிச்சம் மட்டும் தென்படாமல் போயிருந்தால், இந்தக் கூண்டும், பெரு நரியும் இழுத்துக்கொண்டிருக்கிற கட்டைய இருளனின் வம்சமும் இந்நேரம் அற்றுப் போயிருந்திருக்கும்.

எதிர்பாராமல் தெருவில் எதிர்ப்பட்ட சில பெண்கள் திகிலடைந்து கையெடுத்துக் கும்பிட்டார்கள். மறைந்து பார்ப்பதில்தான் பெரும்பாலோர் ஆர்வப்பட்டனர். அவன் தெருக்களையும் அதன் பகல் நேரத்துத் தன்மைகளையும், வீட்டோடு ஒட்டியிருந்த படப்புகளையும் பார்த்தபடி பின்னால் திரும்பினான்.

எந்த வீட்டு ஆட்டுப் படப்பிலும் கைவிட்டு, மென்னித் திருகி, கழுத்தில் தூக்கிப் போட்ட வெள்ளாட்டுக் கிடாய்களும், செட்டியார் வீடுகளில் ஓட்டைப் பிரித்து இறங்கி அள்ளிக்கொண்டு போன நகைகளும், ஜமீன் களஞ்சியத்தில் நுழைந்து வாரிக் கொண்டு வந்த தானியங்களும், எல்லாவற்றுக்கும் மேலாக கோட்டாங்கல் குன்றும் நினைவில் முட்டியது.

இரவின் எந்த நாழிகையிலும் அவன் வரவை எதிர்பார்த்துக் காத்திருக்கும் கோட்டாங்கல் குன்று. அவன் பாத அசைவுகளில் மேலும் இறுகும் பாறை அவன் வாரிக்கொண்டு வரும் எதையும் இழுத்துத் தன்னுள்ளே வைத்துக்கொண்டு, ஒன்றும் தெரியாமல் மூச்சுவிட்டுக் கொண்டிருக்கும். கோட்டாங்கல்லின் அடிப்பாறை சந்தில் எந்த இரவிலும் கண்ணில் நெருப்புருள ஒன்றிரண்டு பெருநரிகள் படுத்திருக்கும். அதுதான் இவனுக்குக் காவல். இதுவரை எந்தச் சீவனையும் கோட்டாங்கல் குன்றை எட்டிக்கூட பார்க்கவிடாமல் வைத்திருந்தது. ஊர் எப்போதும் கோட்டாங்கல்லையும், அதன் உள்ளே இருந்த பச்சை இருளனின் தனி ஜமீனையும், யாரும் நெருங்க முடியாத அதன் வலிமையையும் பேசியதாகவே எப்போதும் தூங்கும்.

இனி எப்படி கோட்டாங்கல் முகத்தில் முழிப்பேன் என்ற அவமானம் மட்டும்தான் இப்போது அவனிடம் இருந்தது. தன் பாதம் பட்டு உருகித் தன்னையே இழுத்துக் கொள்ளுமோ கோட்டாங்கல் பாறை. தன் தோல்வியின் மீது பாய்ந்து தன்னை குதறி எடுக்கப்போகும் பெருநரிகளுக்குப் பயந்தான். கோட்டாங்கல்லின் அடியில் தான் போட்டு வைத்திருக்கும் நகைகள், தானியங்கள், கிடாய்கள் எல்லாவற்றையும் அந்த விநாடியே விட்டுவிட்டு ஜமீன் மாடியில் ஒளிர்ந்த அந்த வெளிச்சத்தில் அடைக்கலம் தேடினான்.

வெயில் ஏறிக்கொண்டிருந்தது. கட்டைய இருளன் சோர்ந்து போயிருந்தான். மாரியம்மன் கோவில் அரச மரத்தடியில் நின்றது சகடை வண்டி. கோயில் மேடையில் சப்பணம் போட்டு உட்கார்ந்து நீராகாரம் அருந்தினார்கள் கட்டையன் வகையறாக்கள்.

பச்சை இருளன் கை சைகை காட்டி, கட்டையனை. அழைத்தான். திறந்துவிட்ட மடைமாதிரி ஓடி நின்றான் அவன்.

யார் அவ?

இதற்காகவே காத்திருந்தவன்போல, மாடுகள் தெறித்துவிடப் பட்டிருக்கும் சகடை வண்டியின் நுகத்தடியின்மேல் ஏறி நின்று முதன்முதலில் பச்சை இருளனின் முகம் பார்த்துச் சொன்னான் கட்டைய இருளன்.

''தொரையின் ஒரே தங்கச்சி'' ஒளிரும் அந்த மரகத வெளிச்சம் மீறி பெரும் துக்கம் சூழ, அவள் அழகில் தினம் தினம் அவனே இறுக, துருவேறிய காலம் உதிர, ஒரு ஆணின் தீண்டலுக்கான பல நீண்ட வருடங்களின் காத்திருந்தல் அது.

தெருத்தெருவாய் சகடை வண்டி உருண்டதையோ, பெரும் சோர்வோடு மாடுகள் ஜமீன் குன்றில் ஏறியதையோ, மீண்டும் மகுட மரத்தின் அடியிலேயே சகடை வண்டியிலிருந்து இறக்கப்பட்ட கூண்டுகளில் ஒன்றில் தான் அடைபட்டு நிற்பதையோ, அவன் மறந்திருந்தான். நேர் எதிரே சாத்தப்பட்டிருந்த ஜன்னலை மீறி வெளியே பரவியிருந்த வெளிச்சத்தில் மயங்கி இருந்தான்.

இரண்டாம் ஜாமம் முடிந்த அடுத்த நிமிஷம், எட்டி எதிர் கூண்டு பெருநரியின் வாயைப் பிடித்திழுத்து அதில் திக்குமுக்காடி, மல்லுக்கட்டி, நிற்க இடம் கொடுக்காமல் அதன் நாற்றமடித்த பற்களைக் கம்பிகளில் தேய்த்து, தேய்த்து ரத்தக் களறியாக்கி, மூன்றாம் சாமத்தில் அவனும் பெருநரியும் வெளியேறினார்கள். அந்தப் பின்னிரவில் திடுக்கிட்டெழுந்த அனுக்குமலைத் தச்சன் உத்திரத்தில் தொங்கினான்.

திரும்பிப் பார்க்கவும் திராணியற்று, பாறைகளின் இடைவெளியில் மறைந்தது பற்களிழந்த வாய்கிழிந்த பெருநரி.

நிரம்பி இருந்த சிங்காரக்குளப் படிக்கட்டுகளில் இறங்கினான். நாள் முழுவதும் வழிந்திருந்த வியர்வை நாற்றம் போக முகம் கழுவினான். எழுந்து திரும்பும்போது பலாக்காய்கள் முகத்தில் மோத, கோட்டாங்கல்லுக்கு எதிர்திசை நோக்கி, வடக்குக் கரையில் பெரும் நடை நடந்தான். மரகத லிங்கத்தின் பெரு ஒளி ஒன்று தன்னைப் பின்தொடர்வதை அறியாதவனாக.

நிரம்பலில் ததும்பிய ஏரியில் இறங்கி நடந்தான். எதிரில் பெரும் மைதானத்தில் அங்கங்கே நின்றிருந்த பாறைக் குன்றுகளுக்கும் அவன் பாதங்களின் அசைவுகள் தெரிந்திருந்தன. விஷத்தைக் கொடுக்குகளின் முனையில் தேக்கியிருந்த மொணப்பா ஏறி தேளி மீன்கள் கால்களில்பட உதறிவிட்டு நடந்தான். ஒரு தேளியும் அவன் உடம்பில் ஒரு சிறு கீறல்போடத் தைரியமற்று இருந்தது.

பெரும் இருள் கவிந்திருந்ததை மீறி அந்த மைதானமும், பாறைகளும் வெளிச்சத்தைத் தாக்குப்பிடிக்க முடியாமல் திணறிக் கொண்டிருந்த விநோதத்தை உணர்ந்தான். அந்த நடுச் சாமத்தில், அதிர்ந்த சத்தம் கேட்டு நின்றான். ஒரு மந்தைச் செம்மறி ஆடுகளோடு நடுவில் ஒரு இடையன். கிடை மாற்றலில் வழி தவறி இருந்த அவன் பதற்றம் தெரிந்தது. குளிரால் நடுங்கியிருந்த போர்வை போர்த்திய அவனுடல் இந்த அமானுஷ்யமான நிமிஷத்தில் மேலும் நடுங்கியது.

இடையனுக்கும், பச்சை இருளனுக்கும் நடுவில் நிறைந்திருந்த ஆடுகள் அசைவற்று நிற்க, பேரழகோடு நகர்ந்த அந்தப் பச்சை வெளிச்சம் பாறைகளால் இறுகியிருந்த குன்றுக்குள் நுழைந்து திரும்பி பச்சை இருளனை மட்டும் கைநீட்டி அழைத்தது.

இடையனும் ஆடுகளும் நின்ற இடங்களிலேயே கற்களாய் சமைந்து நிரந்தர சாட்சிகளாகிப் போனார்கள். யாரும் எட்டிப் பார்க்க முடியாத இடங்களில் கோட்டாங்கல்லுக்கு அப்புறம், அந்த ஊரில் பொறையாத்தம்மன் குன்றும் சேர்ந்தது.

சுவாசத்தின் நிறம்

ஜெயராணி

'போதும் விடு' எனச் சொல்லி ஓடத்தான் நினைத்தேன். ஆனால் உயிரைத் தொட்டுப் பறிக்கும் அந்த முத்தத்தின் அழுத்தத்தில் நான் என்னை இழந்து நின்றேன். அவரை நான் எப்போதும் அவனென்று தான் சொல்வேன். அந்த அவனில், அந்த ஒருமையில்தான் என் உரிமை முழுமை பெறுவதாக இருவருமே நம்பினோம்.

எனக்கு நீலநிறம் பிடிக்கும். அவனுக்கும்தான். அதற்காக எனக்கு எது வாங்கி வந்தாலும் அவன் நீல நிறத்தில் வாங்குவதில்லை. எனக்கு நிறங்கள் உயிர். அவனுக்கு அது தெரிந்திருக்கிறது. மனதை மயக்கும் நிறங்களைத் தேர்வு செய்து எந்தப் பொருளானாலும் வாங்கி வருவான். அவனை எனக்கு பிடித்திருக்கிறதுக்கு ரொம்பவும் காரணம் சொல்லத் தெரியவில்லை.

அவன் பேசுவதைக் கேட்டுக் கொண்டேயிருக்கலாம். பெரும் பாலான சமயங்களில் என்னைச் சிரிக்க வைப்பதிலேயே அவன் குறியாக இருப்பான். எனக்கும் அது நன்றாகத் தெரியும். ஆனாலும் அவன் பேசும்போது சிரிப்பை அடக்க முடியாது. அனுபவித்துச் சிரிக்கும் நேரங்களில் என் அடிவயிற்றில் வலி ஏற்படும். அந்த வலி சுகமானது.

சிரிக்கும்போது நான் நிறம் மாறுவதாக அவன் சொல்வான். அவனை அடிமைப்படுத்தும் நிறம் அதுதான் என்றும் சொல்வான்.

ஒருநாள், நல்ல மழை பெய்து கொண்டிருந்தது. தூறலாக ஆரம்பித்து, சாரலாக மாறிக் கொட்டத் தொடங்கியது. என் மனதைக் கட்டுப்படுத்தவிடாத இன்னொன்று இந்த மழை. அவன் தூங்கிக் கொண்டிருந்தான். நான் மழைக்குள் இறங்கிவிட்டேன். இயற்கை எப்போதுமே ஆச்சர்யம் தருவது. தாரை தாரையாய் அவ்வளவு நீர் வழியும். ஆனால் வாயைத் திறந்தால் ஒரு சில துளிகள்தான் வாய்க்குள் விழும். அதன் ருசியைச் சொல்வதற்கு வார்த்தைகள் இல்லை. நிறைய விழுந்தால் அந்த ஆர்வப் பசி போய்விடுமென்று மழைக்கு யார் சொல்லித் தந்தது? நான் நனைந்துகொண்டே அப்படி நிற்கையில் அவன் வந்துவிட்டான். இவனே எனக்குப் பெரிய ஆச்சர்யம்தான். ஆழ்ந்து தூங்கிக் கொண்டிருப்பான். நான் இல்லையென்றால் அதை உடனே உணர்ந்துவிடுவான்.

எப்படி உன்னால் முடிகிறது?

"அது நெருக்கத்தின் எல்லை. நீ அருகிலிருப்பது என் பிரக்ஞையில் இருக்கும். நீ இல்லையென்றால் உடனே ஒரு நெருடலை என்னால் தூக்கத்தில்கூட உணரமுடிகிறது'' கையைப் பிடித்து உள்ளே இழுத்துச் சென்றான். உயிர் பறிக்கும் அதே முத்தத்தைக் கொடுத்து என் ஈரத்தை அவனும் வாங்கிக் கொண்டான். ஒவ்வொரு முறை அவன் முத்தமிடும்பொழுதும் நான் புதுப்பிக்கப்படுவதாக உணர்கிறேன். நான் சிரிக்கும்போது நிறம் மாறுவேனே அதேபோல் முத்தமிடும்பொழுது அவன் நிறம் மாறுவான். இதை நான் அவனிடம் சொல்லியதில்லை. காரணம் மறுமுறை அவன் முத்தமிடும் பொழுது அதன் அழுத்தத்தையும் தீவிரத்தையும் என் வார்த்தைகள் சிதறச் செய்துவிடலாமல்லவா?

அவன் இசை நேசன். நான் இல்லாவிட்டால் அவன் எவ்வளவு துன்பமடைவானோ, அந்த அளவிற்குத் துன்பத்தை இசையில்லை என்றாலும் அடைவான். சின்னசின்ன விஷயங்களில்கூட அவனுக்கு ரீங்காரம் இருக்க வேண்டும்.

சங்கில் கேட்குமே அந்த அலையோசை, அதைக் காதில் வைத்துக் கேட்டுக் கொண்டிருப்பான். சுவர்க் கடிகாரத்தை அதன் ஒலிக்காகவே பார்த்துப் பார்த்து வாங்கினான்.

சுவர்க்கடிகாரம் ஒலிக்கத் தொடங்கினால் இவன் அமைதியாகி விடுவான். நானும்தான்.

எனக்கும் இசை இஷ்டம். நிறைய இதுபோல நானும் அவனும் ஒத்துப்போவோம். ஒத்துவராத விஷயங்களைப் பேசி ஒத்துவரச் செய்வோம். அவன் எந்தன் ரசிகன். நான் அவரின் ரசிகை. என் ரசனை அவனைக் கொடியதோர் ஈர்ப்பிற்குள்ளாக்குவதாகச் சொல்லுவான். எனக்கு எழுதுவது பிடிக்கும். எழுதுவதைவிடவும் அவனுக்குப் பேசுவதே பிடிக்கும். ஆனாலும் என் எழுத்துக்களை அவன் வரம்பு மீறிக் காதலித்துக் கொண்டிருக்கிறான். என் எழுத்துக்களை வாசிக்கும்போது என்னை வாசிப்பதாகவே உணர்கிறானாம். வாசித்தல் அவனது பணிகளில் ஒன்று. நேரத்தை ஒதுக்கி நல்ல புத்தகங்களை எனக்கு வாசித்துக் காட்டுவான். எழுதியிருப்பவரே அந்த அர்த்தத்தில் எழுதியிருப்பாரா என்பது சந்தோகம். அப்படி வார்த்தைகளைத் தேர்ந்தெடுத்துப் பேசுவான். ‘நான்தான் முன்பே சொன்னேனே அவன் பேச்சு இசைமயமானதென்று. கேட்கக் காது கிடைத்தால் எதுவேணாலும் பேசும் வாய்களின் வரிசையில் அவன் இல்லையென்பதே எனக்குப் பெரும் மகிழ்ச்சியைத் தந்தது. வார்த்தைக்கு ஒலிதான் இருக்கிறது, உருவம் கிடையாதென்பான். இல்லையில்லை வார்த்தையை எழுதினல் அதற்கு உருவம் கிடைத்துவிடும் என்று நான் வாதிட்டேன். அவன் சொன்னான் நான் எழுத்திற்கா உருவமில்லையென்றேன். வார்த்தைக்குத்தானே இல்லையென்றேன். வார்த்தைக்கு உருவமில்லாததுதான் என்னைப் பேச வைக்கிறது. வார்த்தையிலுள்ள பொருளுக்கான உருவமில்லையென்றால் என் தேடல் இன்னும் தீவிரப்பட்டிருக்கும்’ என்றான். இந்த முறை நான்தான் அவனுக்கு முத்தமிட்டேன். என் நேசிப்பை உணர்த்திவிடும் முழுவெறியுடன் முத்தமிட்டேன். அவன் அமைதியாகச் சொன்னான். நீ நிறம் மாறுகிறாய் என்று.

எனக்கு மலர் பிடிக்கும், அவனுக்கு மணம் பிடிக்கும். இந்த மலரைப் பாரேன் எவ்வளவு அழகாக இருக்கிறதென்றேன். அவன் அதை வேகமாக வாங்கி முகர்ந்து பார்த்தான். இந்த முறை அவன் சொல்லாமல் நானே புரிந்துகொண்டேன். வாசனைக்கு உருவமில்லை. அந்தத் தேடல்தான் அவனை இந்த அளவிற்கு ரசிக்க வைக்கிறது. அந்த ரசனைதான் அவனை இந்த அளவிற்குத் தேட வைக்கிறது. அவன் வாசனையை ரசித்துக் கொண்டிருந்தான். நான் அவனை ரசித்துக் கொண்டிருந்தேன் வாசனையுடன்.

கண்ணுக்குத் தெரியாதவை சுகமளிக்கும் என்கிறாய். தேடலை ஊக்கப்படுத்தும் என்கிறாய். நிறம் கண்ணுக்குத் தெரிகிறது. ஆனாலும் அது உன் - என் ரசனைக்குரியதாக இருக்கிறது. அதன் வித்தியாசங்களைத் தேட வைக்கிறது. இது எப்படிச் சாத்தியம் என்றேன். அவன் என் காதோரம் குறுமுடியைக் கோதிவிட்டபடி சொன்னான், உருவத்திற்குத்தான் நிறமிருக்கிறதே தவிர நிறத்திற்கு உருவமில்லை. அதனால்தான் அது உன் நேசிப்பைப் பெற்றிருக்கிறது. நன்றாக யோசித்துப் பார், உணர்வைத் தொடும் எதற்குமே உருவமில்லை. (காற்று, நிறம், இசை, வார்த்தை, நேசம், வாசனை, முத்தம்) இப்படி உணர்வைத் தொடும் எதற்குமே உருவமில்லை. சிரிப்பு, அழுகை, கோபம் இவை யாவுமே உணர்வின் வெளிப்பாடுதான் என்றான். நான் எந்த அளவிற்கு அனுபவித்துச் சிரித்திருக்கிறேனோ அந்த அளவிற்கு அனுபவித்து அழுதுமிருக்கிறேன். நான் சிரிக்கும்போது என்னை எப்படி அவன் தடுக்கமாட்டானோ அதைப்போல அழும்போதும் தடுக்க மாட்டான். பெரும்பாலான சமயங்களில் அழும்போது நான்தான் அவனைக் கட்டிக்கொள்வேன். அவன் என் நேசிப்பின் உச்சம். நான் கதறிக் கதறி அழுதாலும் அவன் ஒரு வார்த்தை பேசமாட்டான். அவன் அப்பொழுதும்கூட என் நிற மாற்றத்தை ரசித்துக் கொண்டிருப்பான் என்றே நினைக்கிறேன். அவனுடன் சேர்ந்து நானும் அழுகையை ரசிக்கக் கற்றுக்கொண்டேன்.

ஒருநாள், உனக்கு என்னிடத்தில் எது ரொம்பப் பிடிக்குமென்றேன். அவன் ஏதோ எழுதிக் கொண்டிருந்தான். நான் மீண்டும் அதே கேள்வியைக் கேட்டேன். அவனிடமிருந்து எந்தப் பதிலும் வரவில்லை.

நானே கேட்கத் தொடங்கினேன். என் கண்களா? என் மூக்கா? என் உதடா? என் கூந்தலா? என் சிரிப்பா? என் அழுகையா? என் நேசமா? இப்படி கேட்டுக்கொண்டே போனேன். அவன் பார்த்துக் கொண்டேயிருந்தானே தவிர பேசவில்லை. நானும் அமைதியானேன். அவன் பேனாவை மூடிவைத்துவிட்டு என்னருகில் வந்தான். முத்தமிடத்தான் போகிறான் என நினைத்தேன். ஆனால் அவன் என் முகத்தை நிமிர்த்தி, தூக்கி மூச்சை உள்ளிழுத்துவிட்டுச் சொன்னான் - உன் சுவாசமென்று.

என்ன!

உன் சுவாசம்தான் எனக்கு உன்னில் அதிகம் பிடித்தது. உன் சுவாசச் சூட்டிலுள்ள சுகம் எத்தகையதென உனக்குத் தெரியாது. நான் உன் சுவாசத்தின் காதலன். உன் மென்மையையும் வன்மையையும் ஒரே நேரத்தில் உன் சுவாசம் வெளிப்படுத்துகிறது. உன் சுவாசத்தை நான் உணர்ந்திருக்கிறேன். இன்னும் பார்க்கவில்லை. புரிந்துகொள், உன் சுவாசமும் என் தேடலென்று. நான் முத்தமிடும் பொழுது உன் சுவாசத்தையும் உள்வாங்கிக் கொள்கிறேன். அதனால்தான் நான் நிறம் மாறுகிறேன் போலும் என்றான். எனக்கு வார்த்தை வரவில்லை. அவன் என்னை முத்தமிட்டான். இப்பொழுது அவன் சுவாசத்தை நான் உள்வாங்கிக் கொள்வதை என்னால் முழுமையாக உணர முடிந்தது.

நுனி மீசையில் திறந்து கொள்ளும் நகைப்பு

கௌதம சித்தார்த்தன்

முடிவற்று நீளமாக ஓடிக்கொண்டிருக்கும் ரயிலில் உட்கார்ந்திருந்தவனின் முகத்தில் அடித்தது மழை. ஜன்னலுக்கு வெளியே விரையும் இருளில் மழைத்தாரைகள் ஒழுக, அந்தப் பெட்டியில் அவ்வளவாய்க் கூட்டமில்லை. குளிரின் வசவசப்பு கன்னத்தை நிமிண்ட, அவன் ஆசுவாசமாய் இருக்கையில் சாய்ந்து கண்களை மூடினான்.

கண்களுக்கு மேலே திரைந்திருந்த காலத்தின் நினைவுகளிலிருந்து எழுகிறது அந்த முகம். அவனது கனவுகளின் அற்புதத்தில் முடிவற்றுச் சுழலும் முகம். ஆனால் இந்த முகம் இப்போது எப்படியிருக்கும்? குழந்தைமை கவிந்த முகத்தின் பச்சை நரம்புகள் நிறம் மாறிப் போயிருக்கும். முயல் குட்டியின் காதுகளாய் அசையும் சடைப் பின்னல்கள் ஒற்றைக் கருநாகமாய் தலையிலிருந்து இறங்குமோ? கண் சிமிட்டல்களின் படபடப்பில் நாணம் கனிந்திருக்கும். இளம் பருவத்துத் தோழி, எது மாறிப் போயிருந்தாலும் உன் நித்யத்துவமான முகம் மட்டும் மாறுவதற்கில்லை.

மேலும் கீழும் அசைகிறது மாட்டுவண்டியின் நுகத்தடி. அதன் இருபக்க முனைகளிலும் அவனும் அவளும் உட்கார்ந்திருக்க ஏத்தலாந்தொட்டி

விளையாட்டு ஆரம்பமாகிறது. சிறுவன் கீழே போக, மேலே வருகிறாள் சிறுமி. அவன் மேலே வர. அவள் கீழே...

ஏலேலாந்தொட்டி ஏத்தலாந்தொட்டி

ஏலேலாந்தொட்டி எறக்கலாந்தொட்டி

ஏம்பக்கம் ஒசந்தா எம்பொழுது ஓடுது

உம்பக்கம் ஒசந்தா உம்பொழுது ஓடுது...

அவன் திரும்பிக் கொண்டிருந்தான், அவனது இளம் பிராயத்திற்கும் பால்யகாலத் தோழியின் விளையாட்டிற்கும் மற்றும் ஒளித்துத் திரியும் எழுத்துக்களுக்கும்.

வேலியோரப் படப்புகளில் களித்தோடுகிறது செம்பகக்கொடி.. அதன் பச்சைச்சாறு பொங்கும் மாயையின் வினோதம் அவன் பிஞ்சுக் கரங்களைக் கொத்துகிறது. கைகளை எட்டிப் போட்டு அந்தக் கொழுந்தைக் கிள்ளியெடுக்க, பச்சை நரம்புகளில் துளிர்க்கிறது ஈரமுத்து. சிந்தாமல் எடுத்து அந்தச் சிறுமியின் கையில் எழுதுகிறான் அவன். சற்றைக்கெல்லாம் சூட்சுமமாய், மறைந்து போகிறது ஈரச்சாற்றின் தடயம். அவன் குமிழியிடும் உற்சாகத்துடன் தனது எச்சிலைத் தொட்டு, எழுதிய அவள் கையின்மேல் துடைத்தால் பளிச்சென்று புலப்படும், ரகசிய எழுத்துக்கள்.

இத்தனை வருட கால இடைவெளியின் நீட்சியில் தன்னை அவள் மறந்திருப்பாளோ? மழை வழியும் இருளில் துளிர்த்த மின்னற்கோடுகள் அவன் முகத்தைக் கிழித்தன. கண்களில் வழிந்தது ரகசிய எழுத்துக்களின் ஆனந்தம். இன்னும் அந்தச் செம்பகக் கொடிச் சாற்றின் வீரியம் இருக்குமா?

அவனுக்கு எதிரில் அமர்ந்திருந்த கிழவியின் வறட்டு இருமல், ரயில் சத்தத்தையும் மீறி ஒலித்தது. முகத்தில் தாடை நரம்புகள் வெடிக்கக் கண்களில் நீர் கோத்துக் கொள்ள, அது ஒரு தொடர்ச்சியான இருமல். தொண்டைக்குள் தகரம் தேய்ந்து உராயும் ஓசையை ஜன்னல் வழியாக வெளியே துப்பிவிட்டு அவனைப் பார்த்தாள். தும்பைப் பூவாய் நரைத்த சிகை, ரயிலின் காற்றலைக்கு ஏற்பப் படபடத்து அசைந்தது.

தொகுப்பு : கே.வி. ஷைலஜா

வயோதிகத்தின் விலக்க முடியாத போர்வையை அணிந்திருப்பவள் போல தனது இருண்ட துவாலையை நெகிழவிட்டுக்கொண்டு புன்முறுவல் பூத்தாள் முதியவள்.

முதுமையின் குறுக்குவெட்டுத் தோற்றத்தில் அம்மாவின் முகம் செதில் செதிலாக உதிர்கிறது. பிரம்மாண்டமான மதிற்சுவர்களின் இடுக்குகளில் மாட்டிக்கொண்டது அவளின் நிழல். வயதின் முதிர்ச்சி அவளைக் கவ்விக் குதறுகையில் யாதியைப் போல சிரித்துக் கொண்டிருக்கிறார் அப்பா. அவரது கருத்த நுனி மீசையில் திறந்து கொள்ளும் நகைப்பு, நுகத்தடியின் வினோதமான ஆட்டத்தில் கிறீச்சிடுகிறது. அது ஒரு விந்தையான தாலாட்டு. காலுக்கு கீழே விலகிப் போகிறது நிலம். அந்தர வெளியில் அசைகிறது உடல். மௌனத்தை உடைத்துக் கொண்டு உயர எழும்புகிறது காற்று. ஆகாசமும் பூமியும் மாறிமாறிக் கண்களில் நிறைகின்றன. நிகழ்காலமும் இறந்த காலமும் அசைந்து அசைந்து காட்சிகள் மறைந்து, காலத்தின் நடுவே அவர்கள் வீற்றிருக்கிற அற்புதம் ஆடிக்கொண்டிருக்கிறது.

அவன் கால்களில் உறுத்தியது. ரயிலின் குலுங்கல், தடக் தடக் ஓசை இருப்புக் கொள்ளாமல் உடம்பெருங்கும் அனத்தியது. மின் விசிறியில் அலைவுபட்ட கூந்தல் காற்றின் மணம் அவனுக்குள் விறைக்க புகைபிடிப்பது குறித்து யோசித்தான். எதிர் இருக்கையின் மடியில் அமர்ந்திருந்த குழந்தை கைகளை நீட்டிச் சிரித்தது. கண்களின் பிஞ்சுக் குவடுகளில் சிந்திய அழகு பார்த்துக் கொண்டிருக்கும் போதே உடம்பெங்கும் கிளும்பல் அதிர்ந்தது. குழந்தையின் செய்கையில் பெற்றோர் -

காலம், ஒரு பறவையின் சாகசத்துடன் பறந்துபோன வருடங்கள்... ஞாபக அடுக்குகளில் மிதக்கும் ஒரு குமிழி உடைய, ஆற்றுமணல் அவன் கால் தொடைகளில் வழிகிறது. நாலடி தூரத்திற்குக் குமியாய் அணைத்துக் கட்டுகிறாள். ரயில்போல மணற்பொதி. முச்சு முச்சுக் கல்லு, முனகாத கல்லு, எதிராளி வந்தா ஏச்சு நிக்கற கல்லு என்று ராகம் பாடிக்கொண்டே அணைத்த மணலுக்குள் சின்னக் கல் ஒன்றை மறைத்து வைக்கிறாள். 'ம்,

காட்டு' அவன் இரண்டு கைகளையும் கோர்த்து மணற் பொதியின் ஓரத்திலிருந்து கல்லை எடுக்கிறான். ஆற்றோரத்தின் பனை மர வரிசையில் தொங்கும் தூக்கணங்குருவிக் கூடுகளில் படுத்துத் தூங்க வேண்டும். என்று சொன்னாள் அவள். அவனுக்குச் சிரிப்பு வந்துவிட்டது. உடனே அவளது முகம் ஒரேயடியாய் கூம்பிப்போய் சாரமிழந்துவிட, அவன் அவளை எவ்வளவோ தேற்றிப் பார்த்தான். செய்வதறியாது திகைத்து நின்றவனின் கண்களில் சட்டென அற்புதம் சமைந்தது. அவளை முதுகில் ஏற்றிக் கொண்டு தனது கைகளை ரெக்கைகளாக்கி கடைந்து கடைந்து மேல்நோக்கி எம்ப, சற்றைக்கெல்லாம் அவனும் அவளும் துளியூண்டாக மாறி தூக்கணாங்கூட்டில் முயங்கிக் கொண்டிருந்த கணங்கள்...

முழங்கால் சிராய்ப்புத் தழும்பு மறைந்திருக்குமில்லையா?

எத்தனை விளையாட்டுக்கள் விளையாடியிருந்தாலும் நுகத்தடியில் மாயாஜால ஆட்டம் மட்டும் அவனது ரத்த ஓட்டத்தில் ஒரு உடையாத குமிழியாக மிதந்து கொண்டேயிருக்கிறது. இருக்கை அசையும் போது காட்சிகள் மாறுகின்றன. கண்களில் அகப்பட்ட உலகம் விலகிப்போய் பிரம்மாண்டமான வெளி விரிகிறது. தலைக்குமேலே உறையும் காலம், காலடியில் நதிநீராய் சுழித்தோடுகிறது. ஒரு முனையில் படர்கிறது இருளின் மந்தாரம். அவனது இருக்கை முனை மேலே வரவர அவனுக்குள் மாறுதல் நிகழ்வதை உணர்கிறான். அந்தரத்தில் உயர்ந்திருந்த போதும் பெரியவானகிப் போயிருந்தான். சட்டென அவனது முனை தாழ, எதிர்முனை உயர்ந்துகொண்டே வந்தது. சிறுமியாக இருந்தவளின் முகத்தில் பருக்கள் வெடித்தன. பெரியவளாகவும் மாறிப்போகிற விசித்திரமான விளையாட்டு அது. அவளுக்கும் அவனுக்குமான காலங்காலமான தன்முனைப்புப் போராட்டம் அது.

அவளுக்குக் கல்யாணம் ஆகியிருக்குமோ? ரயிலின் கூவல் மண்டைக்குள் நாராசமாய்ப் பாய்ந்தது. பதட்டத்தின் உச்ச வேகத்தில் கசியும் வேர்வை நாற்றம் அவனுக்குள் புழுங்கியது. கற்பனையில் கூட நினைக்க முடியாத இந்தச் சித்திரவதையின் வெம்மை அவ்வப்போது உயிரைப் பிடுங்கித் தின்னும். இறையுணர்வின் அடிநாதமாய் வாய்விட்டு

அரற்றுவான் சமயத்தில். சீறித் தணிக்கிற மூச்சுக்காற்றின் உஷ்ணத்தில் கால்களில் குமைச்சல் ஊறியதில் எழுந்து கதவருகில் நடந்துபோய் கதவைத் திறந்தான். ஈரங்காய்ந்த குளிர் சரேரென அவனைத் தாக்கியது. சிகரெட்டின், ஆசுவாசமான புகை வளையங்கள் வெதுவெதுப்புடன் கரைந்தோடின. திகைக்கும் கால்களின் அந்தர நடையை, வெளியே மினுக்கிட்டான் பூச்சிகள் ஊரும் இருள் துழாவிக் கொண்டிருந்ததை உணர்ந்தான்.

கல்மிஷமில்லாத பிஞ்சுப் பருவத்தின் நட்பு, இப்போது முகத்தைப் பிளந்து அரும்பியுள்ள இளம் ரோமத்தின் கூர்மையை எதிர்கொள்ளப் போகிறது.

அவளைப் பார்த்ததும் என்ன பேசுவது என்று வார்த்தைகளைத் தேடி அலைந்தான். காலங்காலமான தேடலின் மலினமான வரிவடிவங்களும் மொழி வடிவங்களும் முகமெங்கும் மொய்க்கின்றன. அவைகளைக் கலைத்தெறிந்து அந்த உன்னதமான வடிவமற்ற வடிவத்தை யோசிக்கிறான். தங்களைப் பிணைக்கும் உறவின் வேர்களிலிருந்து முகிழ்க்கிறது அந்த வடிவம். அவனது யௌவனத்தை அரித்துத் தின்று கொண்டிருக்கும் காலத்தின் பக்கங்களிலிருந்து எழுகிறது அந்த உன்னதம்.

அப்பாவுக்குத் திடீரென நகரத்தில் வேலை மாற்றம் கிடைத்து புலம் பெயர்ந்தபோது, அவனது ஏத்தலாந்தொட்டி உயரப் போய்க் கொண்டேயிருந்தது. கிராமத்து மண்ணும் பச்சை வயல் அழகும் பால்ய சிநேகிதியும் புல்லாங்குழலும் நெடுந்தூரம் போய் விட்டார்கள். புல்லாங்குழலில் எரியூட்டப்பட்ட ஸ்வர வரிசையோடும் அவளது நினைவுகளோடும் முடிவுறாத ஆற்றாமையோடும் போராடிக் கொண்டிருந்த அவனை, அவளிடம் கொண்டு போய்ச் சேர்க்கும் வழியை வார்த்தைக் கூட்டம் அமைத்துத் தந்ததை உணர்ந்தான். அவளின் அற்புதத்தைத் தரிசிக்க அவளை அழைத்துச் செல்லும் மானசீகப் பயணம் அது. கைகளில் அவிழ்கின்றன வார்த்தைகள். கவிதையாக, குறிப்புகளாக, ஓவியக் கிறுக்கல்களாக அலையோடி வருகிறாள் அவள்.

பெட்டி முழுக்கத் தூங்கி வழிந்து கொண்டிருத்தது தூக்கம். வெளியே மழைவிட்டிருந்த வானம் துலாம் பரமாய்த் தெரிந்தது. ரயிலின் ஓட்டம் ஒரு முடிவுக்கு வந்துகொண்டிருப்பதை அவனது உடம்பின் விறுவிறுப்பில் உணர முடிந்தது. கட்டுக்கடங்காத நினைவோட்டத்தின் நீட்டம் சிரசு முழுக்க வெட்டிவெட்டிக் கிளைத்தது. மணிக்கட்டை உயர்த்தி நேரம் பார்த்தான். காலத்தின் சவால்போல நெளிந்து ஓடியது ரயில்.

அவனது பிஞ்சுக் கண்கள் முழுக்க புதிய ஊர், புதிய மனதிர்கள் புதிய காட்சிகள். காலத்தின் அடர்த்தியின் எல்லாமே சரிகின்றன. வளரிளம் பருவத்தின் அபூர்வம் நிரம்பிய நாட்களில் அவன் கண்டான், தனது கண்களின் ஓரத்தில் அவளின் நினைவுகள் கூடுகட்டிக் கொண்டிருப்பதை. மேலும் கண்டான், தான் ஒரு பெரும் பள்ளத்தில் வீழ்ந்து கிடப்பதையும். வாழ்க்கைக்கும் தனக்கும் இடையே உள்ள இடைவெளியை நிரப்புவது அவளாகத்தானிருக்க முடியும் என்பதை உணர்ந்தபோது கண்களில் தொங்கின தூக்கணாங்கூடுகள். அவளுக்கும் அவனுக்குமான தாத்பரியத்தின் முடிச்சு பெரியவனாக ஆக இறுகிக்கொண்டே வந்தது. அவன் நண்பர்களுக்கு எழுதும் கடிதத்தில் அவளைப் பற்றி இரண்டு பக்கம் நாசூக்காய் விசாரித்தான். வந்தது ஒன்றை வரி பதில். அவர்கள் குடும்பத்தோடு வேறு ஊருக்குப் போய்விட்டார்கள்... ஒளிந்து கண்டுபிடிக்கும் சுவாரஸ்யமான விளையாட்டு விளையாடும் சின்னஞ்சிறுவனாக மாறிப் போனான் சட்டென்று. ஒளி விளையாட்டின் சாகசங்களும் நுணுக்கங்களும் அவன் உள்ளங்கைக்குள் ஊடுருவ, ஏழு சமுத்திரம் தாண்டி வனம் வனாந்திரங்களுக்குப்பால் உள்ள புஷ்பராகப் பொய்கையில் எல்லாம் அலைந்து திரிந்தான். ஒளி விளையாட்டில் அவன் ஒரு நாளும் தோற்றதில்லை. இருப்பிடத்தைக் குறிப்பிட்டு எழுதியிருந்த ஒரு நண்பன், எதற்காக விசாரிக்கிறாய்? என்று புருவத்தை உயர்த்தியிருந்தான்.

அதிகாலையைக் கிழித்துக் கொண்டு ஓடிய ரயிலின் இயக்கம் தேய்ந்து ஊர்ந்தது. கால்கள் பதற்றத்துடன் வெளியே நோக்கித் தாவ ரயில் கண்ணிலிருந்து விடுபட்ட அவனது கால்களில் புது ரத்தம் புரண்டு புரண்டு

ஓடியது. பாதங்களின் ஒவ்வொரு எட்டிலும் கால்தசைகள் விம்மின. இதுவரை அனுபவித்தறியாத உணர்ச்சிப் பிரவாகத்தின் அலைமேடுகள். எலும்புகள் உடைய, நரம்புகள் புடைக்க பாதங்கள் பற்ற, பெரிய ரயிலின் பிரம்மாண்டமான சக்கரங்கள் கால்களில் பிளந்தன. அவனுக்குள் என்ஜின் உறுமியது, குறுக்கும் நெடுக்கும் வெட்டப்பட்ட பாதைகள் திகைப்புடன் பின்னோக்கி ஓடின.

ஒருவழியாய் வீட்டைக் கண்டுபிடித்தபோது அவனை ஒரு அமானுஷ்யமான அமைதி கப்பிக்கொண்டது. படிக்கட்டுகளில் உயர்ந்து கதவைத் தொட்டான். மின்சாரம் பாய்ந்திருந்த ஒரு இஸ்திரிப் பெட்டியின் தொடுகையில் நிலை தடுமாறி கால்கள் பின்ன தலை கும்மென்ற வலித்தது. கதவின் வலிமையான அரண்கள் பிரம்மாண்டமாய் அவன்முன் உயர்ந்து நிற்க, மறுபடியும் கதவைத் தொடும்போது கைவிரல்களின் நடுக்கத்தில் கதவு அதிர்ந்தது. உள்ளே ஒலித்த பேச்சுக் குரலில் பெண்மை. ஹ்ஹோ... இதோ... இதோ...! காலங்காலமாய், ரத்த ஓட்டத்தில் மிதந்து கொண்டிருந்த ஒரு குமிழி உடைந்தது.

உயர்ந்திருந்த நுகத்தடியின் ஒரு முனையில் உருமாறிக் கொண்டிருந்தாள் அவள். அந்தரத்தில் அசைகிறது கால விளையாட்டு. அவள் காலாடப்பட்டு நீர்த்துளிகள் அலையோடும் நீர்நிலை அசைந்தபோட்டு தாழ்த்து, வண்டல் திணிந்த மணற்பாலை தொடுகையில் பின்னோடி, வனப்புமிகு மருத மரத்தின் உயர்ந்த கொம்புகளில் தாவி காலவெளியின் பரிமாணம் சுழன்றடித்தோடுகிறது. ஆழமான மடுவில் திடும் என்று ஒலிக்கக் குதித்து அவள் முனை மூழ்கிக்கொண்டே போக, அந்தரத்தில் அசையும் மறுமுனையில் தனது பலமனைத்தையும் ஒன்று திரட்டி அழுத்துகிறான் அவன். கதவு திறவுபடுகிறது.

நித்யத்துவம் கவிந்த அதே முகம். வாழ்வின் அர்த்தம் பூரணத்துவமடைந்துவிட்ட உன்னதக் கணங்கள் அவன் உடம்பெங்கும் ஒளிர்ந்தன. தனது ஜீவித ரகசியத்தை மறைத்து வைத்திருக்கும் உள்முகம் நோக்கி ஓடினான். கன்னக் கதுப்புகளில் தொங்கிக் காண்டிருந்த காலம் ஒரு பெரிய சிலந்திப் பூச்சியாக அசைந்தது. மூப்பின் வஞ்சகப் பிடி சரேலெனத்

தாவி அவன் காலடி மணலைக் கவ்வியிழுத்த கணத்தில் கீழ்நோக்கி விழுந்து கொண்டிருந்தான்.

ரயிலின் காற்றலையில் தகரம் தேய்ந்து உராயும் வறட்டோசை. கிழத்துவம் எய்திய உடல் விலகி தொடைகளில் சில்லென்ற ஈரம் பரவும் கண்ணாடி வளையல்களில் குளுமை. ரயிலின் குலுங்கலில் பழங்கதவு அசைந்தோடி விலக, நரையோடி கறுப்பை அழித்திருந்த சிகையில் முயல் குட்டியின் காதுமடல்கள் விரிந்தன. அவன்மேல் சரிந்து விழுந்த பிஞ்சு விரல்களின் ஸ்பரிசம் ரோமக் கண்களை நீவியதில், கூர் மங்கிய கண்களில் கண்ணாடிச் சட்டங்களில் விழுந்து அழுந்தினான். இடுப்பின் சுருக்கம் விழுந்த மடிப்புகளைக் கொத்தித் தின்றுகொண்டிருந்த வெயிலின் நிழல் என்றைக்கும் ஒருக்களித்துச் சாயும் அசைவில், ரயிலின் குலுங்கலுக்கேற்ப தளர்ந்து தொய்ந்து போன மூலைகளின் நடுக்கம். சட்டென வெயில்படாத அவனது நுனி மீசையில் திறந்து கொண்டது நகைப்பு.

அவனது காலடிச் சத்தம் திரும்பி ஒலிக்க, மற்றொரு தெருவில் அதே சத்தத்தை அவன் கேட்க, தூரத்து ரயிலின் சங்கொலி காலங்களற்று அழைத்தது.

மலையாளச் சிறுகதைகள்

பொந்தன் மாடன் - ஸி.வி. ஸ்ரீராமன்

தமிழில் : கே.வி.ஜெயஸ்ரீ

அந்தப் பழைய காம்பௌண்ட் கேட்டின் முன் மாடன் நின்றான். இன்று அந்த கேட்டிற்கு மேல்கூரையில்லை. கருங்கற்களால் கட்டப்பட்ட படிக்கட்டுகள் மட்டுமே. கேட்டைக் கடந்து உள்ளே செல்ல, இருபுறமும் செங்கல் மதில்கள். குறுகிய பாதைவழியே நடக்கும்போது அதிகமாக இளைத்தது. அவன் முற்றத்தில் அமர்ந்தான். எதிரே கண்ட வரவேற்பறையின் வெறுமை அவனுள் ஒரு பயத்தை உருவாக்கியது. இன்றுவரை அந்த வரவேற்பறையில் அவன் கால் பதிந்ததில்லை. தம்பிரான்களுக்கு இணையாகப் பேசப்பட்டாலும் நாயரின் வீடாக இருந்தது. நம்பூதிரிகளும் தம்பிரான்களுமே அங்கே அமர பயப்பட்டார்கள். தீட்டு, தீண்டாமை இவற்றிலொன்றும் சீமத்தம்பிரானுக்கு நம்பிக்கை இல்லையென்றாலும், அவர் காலத்தில்கூடப் பழைய சம்பிரதாயங்களுக்கு மாற்றம் எதுவும் வந்துவிடவில்லை. தம்பிரான் சீமையில் வேறுமதம் மாறியிருந்தார் என்பது செவிவழிச் செய்தியாக இருந்தது.

தம்பிரான் என்றும் மாலையில் குளித்துவிட்டு வந்து திருநீறு பூசிக் கொள்வார். அறையிலிருந்து அவர் சொல்லும் நாமாவளியை அந்த

வீட்டின் முழுமையும் கேட்டுக் கொண்டிருக்கும். இன்னும் அந்தச் சத்தம் அவ்விடங்களில் முழக்கமிடுவதாய் அவனுக்குத் தோன்றியது. இப்போதும் சீமத்தம்பிரான் அழைப்பதாக இரவு நேரங்களில் மாடனுக்குத் தோன்றும். உறக்கம் கலைவது தம்பிரானின் சுருட்டு வாசனையை உணர்ந்து கொண்டுதான்.

தம்பிரானிடம் அடி வாங்காத ஒரு ஆள்கூட அந்த ஊரில் இல்லை. புஞ்சைப் பூமியின் மேல்வரப்பு உடைந்து நிலம் மொத்தமும் நாசமானது, மாடனின் கவனக் குறைவினால் தான் என்று தம்பிரான் அறிந்திருந்ததும் அவர் அவனை அடிக்கவில்லை. ஒரே ஒருமுறை மட்டும்... காக்கத் துருத்தியிலிருக்கும் வயலுக்கு நண்பன் ஊராளன் செங்கோடன் அழைத்ததால் சென்றிருந்தான். பனங்கள்ளும், தென்னங்கள்ளும் மூக்குமுட்டக் குடித்த மாடன் தன்னினைவு இன்றியேதான் திரும்பியிருந்தான்.

இந்தச் செய்தி தம்பிரானின் செவியிலும் விழுந்தது. "இனி குடிப்பாயா" என்று கேட்டபடி கண்ணையும் காதையும் சேர்த்து ஓர் அறைவிட்டார். ஓடக்கரையிலிருந்து உருண்டு நெல்வயலில் சென்று விழுந்தவன், எட்டு நாழிகைக்குப் பிறகே மயக்கம் தெளிந்து எழுந்தான்.

சீமத்தம்பிரான் வெளிநாடுகளில் நெடுங்காலம் இருந்தவர் என்றாலும் வாழ்நாளில் ஒருமுறைகூட குடித்ததில்லை. மாடன் கொடுங்கல்லூர் பரணி விழாவிற்குச் செல்லும்போது, தம்பிரான் குடிப்பதற்குக் காசும், அனுமதியும் தந்திருந்தார். எனினும் குடிப்பதற்கான தைரியம் அவனுக்கு உண்டானதில்லை. அதன்பிறகு ஒருபோதும் குடித்ததுமில்லை.

இன்று இந்த வீட்டின்முன் உட்கார்ந்திருக்கும்போது மாடனின் மனதில் பல பழையகால நிகழ்வுகள் கண்முன் சித்திரங்களாய் உலா வந்தன.

வீட்டினுள்ளிருந்து தம்பிரானின் சுருட்டுப் புகையின் மணம் மூக்கைத் துளைக்கிறது.

மாடன் வரவேற்பறையைப் பார்த்தான். ஒரு ஈகூடப் பறக்கப் பயப்பட்டிருந்த ஆதிகால வரவேற்பறை மெல்ல மெல்ல குடும்பத்தில்

ஏற்பட்ட கலகம் காரணமாக குடும்பத்தினருக்குள் உண்டான படுமோசமான பல சண்டை சச்சரவுகளையும் கண்டிருக்கிறது. அந்த அறையின் மேலே நீலநிறக் கண்ணாடி பதித்த ஜன்னல்கள் இருந்தன. இப்போது இல்லை. அந்த ஜன்னல்களின் கிழக்குப் பக்கமாக இருந்ததுதான் சீமத்தம்புரானின் அறை. மாடனின் பார்வை அங்கே நிலைத்தது. இரவில் ஏதாவது ஒரு ஜாமத்தில்தான் அந்த அழைப்பைக் கேட்கலாம்.

''மாமா''

மாடன் முற்றத்தைக்கூட மிதிக்கக்கூடாது. தம்பிரானின் அறைக்குப் பின்புறம் வளர்ந்திருந்த பாக்கு மரத்தில் அவருடைய அறை உயரத்திற்கு ஏறி, தளப்பி✸னால் பூட்டிய கால்களை இறுக்கி அப்படியே அமர்ந்து கொள்வான். அடுத்தநாள் செய்ய வேண்டி வேலைகளைப் பற்றித் தம்பிரான் விளக்குவார். எல்லாம் பேசி முடித்த பிறகு, ''நீ போய்ப் படு'' என்பார். பேசிக் கொண்டிருக்கும் நேரம் முழுவதும் மாடன் மரத்தில் அப்படியே அமர்ந்திருப்பான். அது ஒரு பழக்கமாகவே மாறியிருந்தது.

✸தளப்பு - மரம் ஏறுபவர்கள் பயன்படுத்தும் இரும்பு (அ) கயிறினால் ஆன வளையம்.

சீமத்தம்பிரானுக்கு இரவு நேரங்களில் தூக்கம் அதிகமாக வருவதில்லை. அப்போதெல்லாம் பாட்டுப் பெட்டியில் பாட்டு கேட்டுக் கொண்டிருப்பார். அல்லது ஒரு புத்தகத்தைப் புரட்டிக் கொண்டிருப்பார். அதில் நிறைய ஒட்டப்பட்ட படங்கள் இருந்தன. துக்கம் நிறைந்த மனதுடன் அதைப் புரட்டும் அவர் சிலசமயம் கட்டுப்படுத்த முடியாமல் உடைந்து அழுவதுண்டு.

மாடன் இதையெல்லாம் யோசிக்கும்போதும், அவன் பார்வை வீட்டினுள்ளேதான் இருந்தது. ஜன்னல் வழியே புகை வருகிறது. இப்போது அது வரவேற்பறையில் பரவுகிறது. மாடன் நடுங்கினான். வரவேற்பறையில் ஒருவர் நிற்கிறார். சீமத்தம்பிரானின் அதே சுருட்டைப் புகைக்கிறார். ஒரு முழமுள்ள சுருட்டு. அந்த மனிதர் திண்ணையில் ஓரமாக வந்து நிற்கிறார்.

"ஏண்டா பயந்துக்கிட்டு நிக்கிற? இங்கே பக்கத்தில் வாடா"

"இங்க தம்பிரான் ஒருத்தர் இருந்தாரு. அவரு இந்தச் சுருட்டைத்தான் புடிப்பாரு... அந்தத் தம்பிரானை நெனச்சி நின்னுட்டேன்"

"இந்தச் சுருட்டா? இதெல்லாம் இப்போ இங்கே கிடைக்காது. பையனுங்க துபாயிலிருந்து கொண்டு வந்தது"

சுருட்டு புகைக்கும் மனிதன் இந்த வீட்டின் புதிய உரிமையாளனாக இருக்கலாம் என்று மாடன் நினைத்தான்.

"உம்பேரு என்ன?"

"எம்பேரு... மாடன்"

"ஓ... மாடனா? இங்கயிருந்த ரொம்பப் பழைய வேலைக்காரன்தானே நீ"

மாடன் திகைத்து நின்றான்.

"டேய் மாமா, இங்க பக்கத்தில் வா. எனக்குச் சத்தம் போட்டு பேச முடியல"

மாடன் இன்றுவரை வரவேற்பறைக்குள் கால் பதித்ததில்லை. அவன் தயங்கி நின்றான்.

"அதெல்லாம் பழைய காலம். இப்போ இங்கே பக்கத்தில் வந்து நில்லு" உள்ளே நுழையக்கூடாத இடத்திற்குக் கால் பதியப் போகிறதே என்ற எண்ணம் உறுத்த மாடன் கைத்தடியில் பலமாக ஊன்றினான். தேவைக்கதிகமாக அழுத்தியதால் அவனுக்கு அதிகமாக இளைத்தது. அவன் திண்ணையில் கையமர்த்தி மூச்சுத்திணறலோடு கேட்டான்.

"எதுக்கு என்னை வரச்சொல்லி ஆள் அனுப்பினீங்க"

"ஆளு வந்திருந்தது இல்லையா? உன்னிடம் பல விஷயங்களைக் கேட்டுத் தெரிந்துகொள்ள வேண்டியிருக்கு"

மாடன் செய்வதறியாது தன் இருகைகளையும் திண்ணையில் ஊன்றிக் கொண்டான்.

''டேய் மாடா, இந்த வீடு வாங்க முடிவு செய்தபோது எனக்குத் தோன்றிய விஷயம் என்ன தெரியுமா? இந்த வீட்டைப் பிரிச்சா நாலு புதிய வீடுகள் கட்டத் தேவையான செங்கல்லும் மரங்களும் கிடைக்கும். அதைக்கொண்டு நாலுவீடு கட்டலாம் என்பதுதான் என் பிளான். இப்போ எல்லாம் தலைகீழாயிடுச்சு. மூன்று பையன்களுடைய விசாவும் கேன்சலாகிவிட்டதால் திரும்பிட்டாங்க. ஒரு பஸ் இருந்தது. பழய்க்கல் பாலத்தில் இடிச்சு, ஓடையில் விழுந்து விட்டதில் மூணுபேர் செத்துட்டாக. கைல, கால்ல அடிப்பட்டவங்க வேற. நாலு பஸ் இருந்து விற்றாலும் நஷ்ட ஈடு கொடுத்து முடியாது. இப்படிப் பல சங்கடங்களால் வேதனைப்பட்டபோதுதான் இங்கே வந்து குடியிருக்கத் தீர்மானித்தேன். அது எல்லாவற்றையும் விட அதிக மனவேதனையைக் கொடுத்திருச்சு''

அவர் திண்ணையிலமர்ந்து கொண்டு பேச்சைத் தொடர்ந்தார்.

''இங்கே குடித்தனம் ஆரம்பித்தபோதுதானே விபரம் அறிந்தேன்''

மாடன் ஸ்தம்பித்து நின்றுவிட்டான். மிகுந்த வேதனையோடு கேட்டான்.

''இங்கே வந்தபிறகு என்ன தோஷம் கண்டீர்கள்?''

''கஷ்டம் கொஞ்ச நஞ்சமல்ல. மொதல்ல என் மூத்த மகனின் மகள் குன்னூரில் படிக்கிறவ, இங்கே வந்தா தூக்கமே இல்லாம கஷ்டப்படுறா. இங்கிலிஷ் பாட்டு பாடுவா, அதைத் திரும்பிப் பாடணும்னு சொல்லி ராத்திரி முழுசும் அழுவறா...''

மாடன் பேசாது நின்றிருந்தான்,

''டேய் மாடா, இந்த வரவேற்பறையில் நேரே மேலே ஒரு அறையிருக்கில்லையா, அதனுடைய சாவி யார் கையில இருக்கு. வீடு வாங்கும்போது அந்த அறையின் சாவி மட்டும் கிடைக்கவில்லை. யாரிடமோ இருக்கு வாங்கித் தரோம் என்றார்கள்...''

மாடன் நெஞ்சைத் தடவிக்கொண்டே நினைவலையில் சுழன்றான். கடைசி கடைசியாகச் சீமத்தம்பிரானின் அம்மாவிற்குப் பைத்தியம்

பிடித்துவிட்டது. ஒருமுறை அந்த அறையின் சாவியினை மாடனிடம் கொட்டுத்தாள்.

''இந்த அறையின் உரிமை உனக்குத்தான் உள்ளது. இந்தச் சாவியை நீ வைத்துக்கொள். அவள் வரும்போது அவளிடம் ஒப்படைத்துவிடு...''

மாடன் என்னென்னவோ பேசிச் சமாளித்துச் சாவியை வாங்கிக் கொள்ளாமல் நழுவிவிட்டான்.

அந்த வீட்டின் உரிமையாளர், விட்ட இடத்திலிருந்து மீண்டும் தன் கஷ்ட நஷ்டங்களைத் தொடர்ந்தார்.

''இதுவரை சாவி கிடைக்கல. கதவை நல்ல கனமான இரட்டைப் பூட்டால் பூட்டியிருக்காங்க. கதவை உடைத்துதான் திறக்கணும் போலருக்கு. அந்தப் பூட்டைப் பத்தி நன்றாக தெரிந்த ஒரு பழைய கொல்லனிடம் புதிய சாவி செய்யக் கொடுத்திருக்கேன்''

அப்பொழுது மாடனின் பார்வையில் சீமத்தம்பிரானின் அம்மாவே வந்துகொண்டிருந்தாள். அந்த வீட்டிலிருந்து தனிமைப்படுத்தப்பட்ட ஒருவன்... புதிய உரிமையாளனின் கேள்வி அவனை நிகழ்காலத்திற்கு இழுத்தது.

நீ இந்த வீட்டின் பழைய வேலைக்காரன்தானே? இங்கே ஏதாவது துர்மரணம் உண்டாயிருக்கா?

எனக்கு நெனவு தெரிஞ்சு இங்கே கொலை எதுவும் நடக்கவில்லை?

கொலை மட்டும்தான் துர்மரணமா? யாராவது தற்கொலை செய்து கொண்டார்களா?

மாடன் தடக்கென்று தன் கையை திண்ணையிலிருந்து எடுத்துக் கொண்டான். குத்துக்காலிட்டு உட்காரப் பாரத்தான் முடியவில்லை. நிலத்தில் படிய உட்கார்ந்து கால்களை நீட்டிக் கொண்டான். எனினும் கைத்தடியின் உதவி தேவையாயிருந்தது பலத்திற்கு. வீட்டுக்குள்ளிருந்து இடைவிடாத மணியின் ஒலி கேட்க, அவர் உள்ளே சென்றார்.

அந்நேரம் அங்கே அழகான ஒரு சிறுவன் வந்தான். இப்போதெல்லாம் கோயில் வாசலில் குழந்தைகள் விளையாட உபயோகிக்கும் கனம் குறைந்த பிடியுள்ள கழியைத் திண்ணையில் சாய்த்து வைத்தான். கையில் ஒன்றும் இல்லையெனினும் எதையோ சுழற்றி எறிவதாய் இரண்டுமுறை பாவனை செய்தபடி நின்றபோதுதான் மாடனைக் கண்டான்.

''ஹலோ, நீங்கள்தான் மாடனா'' மாடன் தலையாட்டினான்.

''ஹலோ, மாடன் நீங்கள் சீமத்ததம்புரானைப் பார்த்திருக்கிறீர்களா?''

''என்னை வளத்திவிட்டதே சீமத்தம்புரான்தான்''

சீமத்தம்புரான் ஐரீஷ் ஃபீரிடம் மூவ்மெண்டில் பங்கெடுத்ததால் இங்க்லண்ட்டில் இருந்து இந்தியாவிற்குத் திருப்பி அனுப்பப்பட்டாரா?

மாடனுக்கு ஒன்றும் புரியவில்லை. ஏதோ கலகத்தில் தம்பிரான் பங்கெடுத்ததாகவும், இனி ஒருபோதும் சீமைக்குப் போகத் தனக்கு அனுமதி கிடையாதென்றும் அவரே சொன்னதாக மட்டும் அவனுக்கு ஞாபகமிருந்தது. எனினும் அவன் அமைதியாகவே இருந்தான். மேற்கொண்டு எதுவும் பேசாமல் சிறுவனும் கழியை எடுத்துக்கொண்டு சைக்கிளில் ஏறி மைதானத்திற்குத் திரும்பச் சென்றுவிட்டான்.

யோசனையுடன் மாடன் அங்கேயே அமர்ந்திருந்தான். ஒரு எண்ணம் மட்டும் அவனை அலட்டிக் கொண்டிருந்தது. அது ஒரு துர்மரணம்தானா?

மாடா... என்ற நீண்ட அழைப்பு. மாடன் தளப்பினை எடுத்துக்கொண்டு ஓடினான். பாக்குமரத்தில் சீமத்தம்புரானின் அறை வரை ஏறி அமர்ந்து கொண்டான். தம்புரான் நீலக் கம்பளியால் ஆன காலுறை அணிந்திருந்தார். மஞ்சள் நிறப் பட்டுச் சட்டையணிந்து, தோல் பெட்டியிலிருந்து கழுத்தில் கட்டுவதற்கான பட்டையைத் தேடிக் கொண்டிருந்தார். அவர் மட்டுமே அந்த அறையில் இருந்தாரெனினும் யாரிடமோ இங்கிலீஷில் பேசிக் கொண்டிருப்பது போல் தோன்றியது. ஒவ்வொரு பட்டையை எடுக்கும்போதும் எதையோ கேட்பதாக... கடைசியில் ஆழ்ந்த ஊதா நிறமுள்ள ஒரு பட்டையை எடுத்துக் கழுத்தில் கட்டிக்கொண்டு முன்னே

இழுத்துவிட்டார். ஒரு நீலநிறக் கோட்டு அணிந்து கொண்டார். பறவையிறகால் செய்யப்பட்ட ஒரு தொப்பியை எடுத்துத் தலையில் வைத்துக் கொண்டார். கண்ணாடியைப் பார்த்து ஒரு சிரிப்பை உதிர்த்துக்கொண்டே இங்கிலீஷில் எதையோ சொன்னார். பாக்குமரத்தில் மாடன் ஏளனமாய் உட்கார்ந்திருந்தான்.

சிறிது நேர யோசனைக்குப்பின் தம்பிரான் மாடனிடம் சொன்னார். நான் ஒரு முக்கியமான விஷயம் சொல்லத்தான் உன்னை அழைத்தேன். தெக்கு தேசத்திலிருந்து நான் விதை வாங்க முடிவு செஞ்சிருக்கேன். பள்ளிக்கரை கோணனிடம் நூறு வா - விதை சொல்லி வச்சிருக்கேன் தெக்குதேசம் கீரைதான்.

மாடன் வெகுளியாய் நின்று கேட்டான்.

திடீரென்று ஒரு பயணம் எங்கே சாமீ...

சீமத்தம்பிரான் ஒரு சிரிப்பை மட்டுமே உதிர்த்தார்.

பெட்டி படுக்கையெல்லாம் கொண்டுபோய் வைக்க வேண்டாமா? என்ற கேள்வியும் அதற்கான பதிலும் மாடன் மனதில் வரிவரியாய் இன்றும் ஓடுகிறது.

வேண்டாம் நான் எதையும் கொண்டு போகல.

விடிந்தபோது கேள்விப்பட்ட செய்திகள். கண்ட காட்சி. மாடன் தளப்புகூட எடுக்க மறந்து மரத்தில் ஏறி அறைக்கு உள்ளே எட்டிப் பார்த்தான். நேற்றுப் பார்த்த அதே உடையலங்காரத்துடன் தன் கட்டிலில் படுத்திருக்கிறார். மிகவும் கடுமையான விஷம் சாப்பிட்டிருக்கிறார். ஆனாலும் முகத்தில் மாறாத புன்னகை. ஒரு கடிதம் எழுதி வைத்திருந்தார். எரிக்க வேண்டும். சாம்பலைப் பாதுகாக்க வேண்டும். அதைப் பெற்றுக் கொள்ளச் சீமையிலிருந்து ஒரு பெண் வருவாள்.

தொடர்ந்து குடும்பத்தில் என்னவெல்லாமோ பிரச்சனைகளும், சண்டைகளும் உருவானது. அம்மா இருக்கும்போது எரிக்கக்கூடாது. சாம்பலைப் பாதுகாக்கக்கூடாது என்றெல்லாம் ஆளாளுக்குப்

பேசினார்கள். கடைசியில் ஜோசியனை வரவழைத்தார்கள். அவ்வளவு நல்ல மனிதரின் சாம்பலை வீட்டில் பாதுகாப்பதால் நன்மைதான் உண்டாகும் என்று முடிவானது. அழகிய வேலைப்பாடமைந்த ஒரு பித்தளைக் கலசத்தில் அஸ்தியை நிறைத்து பாவு வேட்டியால் அதன் வாய் கட்டப்பட்டு அந்த அறையிலேயே கட்டிலினடியில் பத்திரப்படுத்தப்பட்டது. அதற்குப் பிறகு அந்த அறை திறக்கப்படவேயில்லை.

வீட்டின் புதிய முதலாளி வெளியே வந்தார்.

டேய் மாமா, இந்த வீட்டிற்குள் அஸ்தி ஏதாவது பாதுகாப்பாக வைத்திருக்கிறார்களா?

யாரு சொன்னது...

நாங்கள் ஒரு ஜோசியக்காரனிடம் சென்று விசாரித்தோம்

நீங்களும் ஜோசியமெல்லாம் பாக்கறதுண்டா?

டேய் மாடா, கஷ்டகாலம் வரும்போது நாங்க நீங்க என்று வித்தியாசமொண்ணும் இல்லடா. எல்லாரும் போயப் பாக்க வேண்டியதுதான். ஜோசியர் மேலும் ஒரு விஷயம் சொன்னார். அஸ்தியை வேறு யாரும் தொடக்கூடாது. இங்கே இந்தக் குடும்பத்தின் பழைய வேலையாள் ஒருவன் இருக்கிறான். அவனைக் கொண்டே அதை பாரத ஆற்றில் கரைக்க ஏற்பாடு செய்து கொள்ளுங்கள் என்றார். அதற்காகத்தான் உன்னை மட்டும் அழைத்தேன். எடுத்துட்டுப் போகக் காரெல்லாம் ரெடி பண்ணிட்டேன்.

மாடனின் கண்கள் ஈரமாயின. சீமத்தம்புரானின் அஸ்தியை ஆற்றில் கரைக்கும்படியான விதி எனக்கா?

ஒரு இளைஞன் ஸ்கூட்டரில் குறுக்குப் பாதையைக் கடந்து முற்றத்தில் வந்து இறங்கினான். நீண்ட காலுறை அணிந்திருந்தான். சட்டை போடாத அவன், வயிற்றைத் தொடுமளவு நீண்ட கனமான தங்கச் சங்கிலி அணிந்திருந்தான்.

அப்பா சாவி செய்து கொடுத்திருக்கார். எங்கே இருக்கிறது அந்த அறை?

வீட்டு உரிமையாளர் அழைத்தார். மாடன் இதுவரை அந்த வீட்டினுள்ளே நுழைந்ததில்லை. நாற்பது வருடப் புழக்கமும் வீட்டைச் சுற்றித்தான்.

கதவைத் திறந்து கொண்டிருக்கும்போது, சீமத்தம்புரானின் அஸ்தியைக் காணும் ஆவலினும் போட்டோ ஒட்டிய அந்தப புஸ்தகத்தைப் பார்க்கும் ஆவலே மாடனிடம் மேலோங்கியிருந்தது. சீமத்தம்புரான் தன் உயிரின் உயிராக எண்ணியிருந்த அந்த வெள்ளைக்காரியின் முகத்தைக் காண மாடனின் கண்கள் ஆவலாயின.

கதவு திறக்கப்பட்டது. ஜன்னல்களும் திறக்கப்பட்டன. அறைக்குள் வெளிச்சமும் காற்றும் தன்னிச்சையாய் நுழைந்தன. அறை முழுவதும் ஒரு பெரிய கரையான்புற்றாகத் தோன்றியது. பகல் வெளிச்சத்தில் அந்த அறை முழுவதும் தேடப்பட்டது. அழகிய வேலைப்பாடமைந்த அந்த அஸ்திக் கலசமும், அஸ்தியும் மட்டும் எங்கு தேடியும் தென்படவில்லை.

பாஞ்சாலி - கிரேஸி
தமிழில் : உதயசங்கர்

முதலிரவில் நாழியளவு கொள்கிற ஒரு சொம்பில் பால் நிறைத்து மாமியார் மருமகளை அனுப்பி வைத்தார். மணப்பெண்ணின் முகத்தில் உண்டான திகைப்பைக் கண்டு குறுஞ்சிரிப்போடு அவர் சொன்னார்.

"பல்குணனுடைய கட்டளை அது"

கிருஷ்ணா உள்ளே நுழையும்போது அவன் படுக்கையில் சாய்ந்து படுத்துக்கொண்டு சிகரெட் புகைத்துக் கொண்டிருந்தான். இதற்குள்ளே அவன் நிறையச் சிகரெட்டுகளை சாம்பலாக்கியிருக்கிறானென்று அறைக்குள்ளே நிறைந்திருந்த புகைநாற்றமே காட்டிக் கொடுத்தது.

பால் சொம்பை மேஜையின்மேல் வைக்கிற சத்தம் கேட்டு அவன் திரும்பிப் பார்த்தான். அப்போது அவனுக்கு ஒருவனுடைய முகமாய் இருக்கவில்லை. நாலைந்துபேர் அவனில் நெருங்கி அக்கம்பக்கமாய் இருப்பதைக் கண்டு திகைத்துப் போன கிருஷ்ணாவின் இருதயத் துடிப்பு அதிகமாகியது.

பல்குணனுடைய சிரிப்பென்று சொல்ல முடியாத ஒரு சிரிப்போடு அவன் எழுந்து வந்த கிருஷ்ணாவைச் சேர்த்தணைத்தான். அவளுக்குக் கொஞ்சமும் பரிச்சயமில்லாத குரலில் அவன் சொன்னான்.

"எனக்கு நினைவிருக்கிறது கிருஷ்ணா. நீ எப்படிப்பட்ட ரசிகையாய் இருந்தாய் என்று. எங்கள் ஐந்து பேரையும் பாண்டவரென்று அழைத்து நீ கொஞ்சமும் ஏற்றத் தாழ்வில்லாமல் ஒன்றுபோலக் காதலித்தாய்!"

தன்னுடைய வாழ்வை விழுங்குவதற்காகப் பெரியதொரு விபத்து வாய்பிளந்து நிற்கிறதென்று அப்போது கிருஷ்ணாவுக்குப் புரிந்தது. பக்கத்து வீட்டில் வசிப்பதற்காக ஐந்து இளைஞர்கள் வந்து சேர்ந்த நிமிஷத்தை அவள் சபித்தாள். தொட்டால் தெறித்துவிடுகிற பதினைந்து வயசுக்காரி அன்று அவள். ஐந்து பேருக்கும் தன்னுடைய மனசில் இடமிருக்கிறது என்று தெரிந்து அவள் சந்தோஷப்பட்டாள். ஒரு கொத்தில் ஐந்து பூக்கள் மலர்வதைப்போல இயல்பாக இருந்தது அது. ஒவ்வொருத்தரின் கடிதங்களுக்கும் அவள் பதில் எழுதினாள். ஒவ்வொருத்தரும் சொன்ன இடங்களில் காத்திருந்தாள். அவர்களில் ஒருத்தர்கூட அவளைச் சந்தேகப்படவில்லையென்று தெரிந்து தன்னைத்தானே பாராட்டிக் கொண்டாள். ஆனால் இப்போது பல்குணன் -

அவளுடைய சிந்தனையைப் பின்தொடர்ந்த பல்குணன் ஒரு குறுக்கு வழியில் புகுந்து அவளுக்கு முன்னே வந்து நின்றான்.

நான் வைராக்கியத்தோடு படித்தேன். போட்டித் தேர்வுகளில் ஆவேசத்தோடு பங்கெடுத்தேன். மிக நல்ல உத்தியோகத்தை தெரிந்தெடுத்த பின்பு உன்னுடைய அப்பாவின் முன்பு நெஞ்சை நிமிர்ந்திக்கொண்டு நின்றேன். உன்னை அவர் எனக்குத் தரவும் செய்தார். ஆனாலும் நான் என்னுடைய நண்பர்களை மறக்க முடியாதே. இன்றிலிருந்து நான் உன்னை ஐந்தாகப் பங்கு வைக்கிறேன்.

பல்குணன் என்ன சொல்லிக் கொண்டிருக்கிறான் என்று புரியாமல் கிருஷ்ணா திகைத்தாள். மீதி நாலுபேரையும் அவள் பின்பு ஒருபோதும் பார்த்ததில்லை. கலியாணத்திற்கு அவர்கள் யாரும் வரவில்லை. திடீரென பெரியதொரு பயம் கிருஷ்ணாவைக் கவ்வியது. அவள் வெளியே இருட்டிற்குள் செவிமடுத்தாள். அவர்கள் வெளியே எங்கேயாவது தங்களது முறை வருவதற்காகக் காத்துப் பதுங்கியிருப்பார்களோ?

பல்குணன் உரக்கச் சிரித்தான். அந்தச் சிரிப்பின் வேகத்தைக் கண்டு கிருஷ்ணா நடுங்கினாள். பால்சொம்பைக் கையிலெத்த பல்குணன் சொன்னான்.

இதோ நம்முடைய தாம்பத்யம் ஆரம்பிக்கிறது! பாலைக் கொஞ்சம் குடித்துவிட்டு அவன் கிருஷ்ணாவிடம் கொடுத்தான்.

யுதிஷ்ரனின் பிரியமுள்ள பத்தினியே, பாலைக் குடி ஒரு மடக்கு மட்டும். மீதம் நாலுபேரும் காத்திருக்கிறார்கள் என்ற ஞாபகம் வேண்டும்.

இந்த நாடகம் எப்படி முடியுமென்று தெரியாமல் கவலைப்பட்ட கிருஷ்ணா ஒருமடக்கு குடித்தாள். பீமனுக்கும், அர்ஜுனனுக்கும், நகுலனுக்கும், சகாதேவனுக்குமாக அவள் ஒவ்வொரு மடக்கு பால் குடித்தான். அப்போதே கிருஷ்ணாவுக்கு அவர்களுடைய பிரியமுள்ள பத்தினியாகத் தீர வேண்டியதாயிற்று. ஆனாலும் கிருஷ்ணா சமாதானமடைந்தாள். அவர்கள் யாரும் பக்கத்தில் எங்கேயும் இல்லையே.

பால் சொம்பு காலியானதும், நமுட்டுச் சிரிப்புடன் பல்குணன் தொடர்ந்தான்.

கிருஷ்ணாவைத் தேர்ந்தெடுத்து பல்குணன்தான் என்றாலும் முதலில் அவளோடு சயனித்தது யுதிஷ்டிரன்தானே.

அவன் கிருஷ்ணாவின் கையைப் பிடித்துப் படுக்கைக்கு அழைத்தான்.

தெரியுமல்லவா தர்ம்புத்திரர் பெரிய கௌரஸ்தர். அதுவும் குறிப்பாகப் பெண்கள் விஷயத்தில். அதனால் தேவி நீயே உடைகளைக் களைத்துவிடு.

ஒருவேளைதான் பயப்படுகிறமாதிரி இது. அத்தனை பயங்கரமான விளையாட்டில்லையென்று அப்போது கிருஷ்ணாவுக்குத் தோன்றியது. ஆனாலும் உடைகளைக் களைய கிருஷ்ணா தயங்கினாள். முதலிரவைப் பற்றிய கிருஷ்ணாவின் கற்பனை மற்ற பெண்களிடமிருந்தொன்றும் வித்தியாசமாக இல்லை. ரொம்ப நேரம் கழிந்த பின்பும் கணவன் பொறுமையோடு காத்திருப்பதைப் பார்த்த கிருஷ்ணா சுயமாகவே நிர்வாணமானாள்.

மெலிதான சிரிப்புடன் அவன் தொடர்ந்தான். வேத உபநிஷத்துகளிலும், தர்ம சாஸ்திரங்களிலும் யுதிஷ்டிரன் எவ்வளவு நேரம் வேண்டுமானாலும் மூழ்கித் திளைப்பான். ஆனால் ஒரு பெண் அவனை எளிதில் திருப்திப்படுத்துவாள்.

கிருஷ்ணாவின் உடலை ஒரு தடவை மென்மையாகத் தழுவி, அவன் அவளுடன் கலந்தான். சீக்கிரமே சமனம் தேடவும் செய்தான்.

மறுபக்கமாய் திரும்பிப்படுத்து உறங்குகிற கணவனை அதிருப்தியோடு பார்க்கிற போதுதான் தன்னுடைய இதயம் ஐந்தாக உடைந்துவிட்டதென்று கிருஷ்ணாவுக்குப் புரிந்தது. அவன் மூச்சை ஆழ்ந்து இழுத்து வெளியேவிடும் வேகத்தை அனுசரித்த பீமன் வடிவில் பரிணமிப்பதைக் கிருஷ்ணா பயத்தோடு பார்த்தாள்.

மறுநாள் ராத்திரியில் பீமன் இறங்கிய கல்யாண சௌகண்டிகைப் பொய்கையைப் போல கிருஷ்ணா கலங்கிச் சிதறியிருந்தாள். சிதைந்த உதடுகளும், வாடிய தாமரைத்தண்டு போன்ற கழுத்தும் உடைந்த முலைகளும், ஓரஞ்சிதைந்த நாபிச்சுழியும், சதைந்த இடையும், அவளைச் சூன்யத்தின் ஆழத்திற்குள் இழுத்து மூழ்கடித்தது. எப்போதோ கண்களைத் திறந்தபோது கணவனின் உரத்த சிரிப்பு அவளைக் கரையில் சேர்த்தது.

பேஷ்! ஐந்து பேரைத் தாங்குவதற்கு உன்னுடைய மனசில் மட்டுமல்ல கிருஷ்ணா, உடம்பிலும் வலுவிருக்கிறது.

அப்போதுதான் கற்பனை செய்ய முடியாததற்கும் அப்பால் விஷயம் போய்க் கொண்டிருக்கிறதென்று கிருஷ்ணாவுக்குப் புரிந்தது. அதோடு உடைந்து சிதறிய இதயம் அவளே அதிர்ச்சியடையும்படி ஒன்றாகச் சேர்ந்து இலைபோல் உறைந்து போனது.

வாடி வதங்கிய மூன்றாவது ராத்திரியில் அர்ஜுனன் வந்தான். அவனுடைய காதல் பொங்கும் விழிகள் கிருஷ்ணாவை ரொம்ப நேரத்திற்கு உற்று நோக்கின. உடைகள் நோகாத வண்ணம், ஆடைகளைக் களைந்தான். ஒரு வீணையைப் போல அர்ஜுனன் அவளை மடியில் வைத்துக் கொண்டான். உன்னைப் பார்த்தவுடன் எப்படி நான்

மோகித்தேன் தெரியுமா கிருஷ்ணா! என்று இனிமையாகப் பெருமூச்சு விட்டான். அவனுடைய விரல்கள் மன்மத ராகங்களைப் பாடின. ஆனாலும் கிருஷ்ணா உருகவில்லை.

நான்காவது நாள், விருந்துக்காக தன்னுடைய வீட்டிற்குப் போனால் திரும்பி வரக்கூடாதென்று கிருஷ்ணா உறுதியாக இருந்தாள். ஆனால் கிருஷ்ணாவின் நம்பிக்கையை அவன் மாய்த்துக் களைந்துவிட்டான்.

நகுல சகாதேவன்களின் முறை முடியாமல் நாம் எங்கேயும் போவதற்கில்லை.

நகுலனின் ராத்திரியில் அவன் சொன்னான் ஐந்து பேரில் அழகன் நகுலன். ஆனால் நகுலன் அவனுடைய உடலைத்தான் காதலிக்கிறான். பெண் உடலின் மீது அவனுக்குக் கொஞ்சமும் ஆசையில்லை.

அவன் அவளுடைய அழகிய உடலின் வனப்பைப் புறக்கணித்தான். ஏதும் செய்யவில்லை. பின்பு குளியலறையில் நுழைந்து வாசனைச் சோப்பு தேய்த்துக் குளித்து முன்பிருந்ததைவிட இன்னும் அழகனாய் உறங்குவதற்குப் போனான்.

ஐந்தாவது ராத்திரியில் அவன் கருணையுள்ளவனான்.

கிருஷ்ணா! சகாதேவன் இந்த விஷயத்தில் மிகவும் வெட்கப்படுவான். உன்னை அவன் ஒரு தடவைகூடத் தொடப்போவதில்லை. ஆனால் நீ அவனுக்கும் மனைவியல்லவா? அதனால் அவனுடைய ஆண்மையை உணர வைக்க வேண்டியது உன்னுடைய பொறுப்பு.

கிருஷ்ணாவின் விரல்கள், சுயநிந்தனையோடு அவன் உடலில் சஞ்சரிக்க ஆரம்பித்தன. வெட்கம் விடுத்து சகாதேவன் சல்லாபித்தான். அவனுடைய வீரியத்தைத் தாங்கமுடியாத கிருஷ்ணா பற்களை இறுகக் கடித்தாள். இந்த விளையாட்டு, முறை வைத்து என்றென்றும் தொடருமென்று அவளுக்கு உறுதியாகத் தெரிந்தது.

லீவு முடிந்து ஆபீஸில் போவதற்குக் கிளம்பிய கணவனின் பின் கழுத்தில் கிருஷ்ணாவின் குரோதம் நிறைந்த கண்கள் மின்னும் கத்திகளாக

ஆழப் பதிந்தன. கழுத்தைத் தடவிக்கொண்டே தயங்கிய அவன் வெடுக்கெனத் திரும்பினான்.

கிருஷ்ணா! தயாராக இரு. சாயங்காலம் நாம் உன் வீட்டிற்குப் போகலாம்.

காரை இயக்கி அவன் வீட்டிலிருந்து போனான். ரொம்ப நேரத்திற்கு அவள் எதுவும் செய்யமுடியவில்லை. பின்பு குளித்துத் தயாரானாள்.

சாயங்காலம் பல்குணன், திரும்பி வந்தபோது படுக்கையறையின் கதவு அடைத்திருந்தது. அவன் கதவைத் தட்டிக் கூப்பிட்டபோது, கதவுகளை முழுவதுமாகத் திறந்தாள். கிருஷ்ணாவின் கலைந்த தலைமுடியும், வியர்த்து வடிந்த முகமும்தான் அவனை எதிர்கொண்டது. நெற்றியிலிருந்து பெரிய குங்குமப்பொட்டு கலைந்து ஒரு தீப்பிழம்பைப் போல ஜொலித்தது. விபரீதமாய் ஏதோ நடந்திருக்குமோ. அவன் உள்ளே எட்டிப் பார்த்தான். வெளியே வீசிய சாயங்கால மஞ்சளொளியில் அவனுடைய கண்கள் மங்கிப் போயின.

கலவரத்தோடு அவன் கேட்டான்.

கிருஷ்ணா உள்ளே யாரு?

பாஞ்சாலிக்கு ஐந்து கணவன்மார்கள் இருந்தனர் என்பது உண்மைதான். ஆனால் ஆபத்துக் காலத்தில் அவர்கள் யாரும் அவளுடைய துணைக்கு வரவில்லை. அதற்கு வேறு ஓர் ஆள் வேண்டியதிருந்தது. அது யாரென்று தெரியவில்லையென்றால் புராணத்தை முழுவதும் ஒரு தடவை பரிசோதித்துப் பாருங்கள்.

பின்னால் யாரோ ஒருவன் - ஹரிக்குமார்

தமிழில் : நிர்மால்யா

ஆனந்தன் எதையோ கண்டு பயப்படுகிறான். தன் பின்னால் திரிந்து கொண்டிருக்கும் போதுதான் கல்யாணிக்குட்டி அதை உணர்ந்தாள். சமையலறையிலிருந்து கூடத்திற்கும், கூடத்திலிருந்து வாசலுக்கும், வாசலிலிருந்து மீண்டும் கூடத்திற்கும், எங்கு போனாலும் ஆனந்தன் தன் பின்னாலேயே இருப்பான்.

"உனக்கு என்ன வேணும் கொழந்தை" கல்யாணிக்குட்டி கேட்டாள்.

"ம்ம்... ம்ம்..." ஒரு முனகல் மட்டுமே அவனது பதில்.

"நீ என் காலுக்கு நடுவிலே திரியாம ஒதுங்கி நில்லு. நான் தடுக்கி விழுந்திடுவேன்"

அடுப்புத்திட்டில் சாம்பார் பாத்திரத்தை இறக்கி வைத்துக்கொண்டே கேட்டாள்.

"இனைக்கு என்ன நீ வெளையாடப்போகலையா?"

"ம்ஹூம்!"

பக்கத்து வீட்டு வீடியோவில் சினிமா பார்த்து திரும்பி வந்தபிறகு அவனுக்குத் தேநீரும், சிற்றுண்டியும் கொடுத்தாள். வழக்கமாக தேநீர்

அருந்தியதும் விளையாடப் போவான். அரைமணி நேரம் கழித்து, திரும்பி வந்து குளிப்பான். சிறிது நேரம் படிப்பதாகப் பாவனை செய்வான். இன்று எதுவுமில்லை.

''இன்னைக்கு என்ன நீ பின்னாலேயே திரியறே, செய்யறதுக்கு எதுவுமில்லைன்னா குளிச்சிட்டு எதாவது படிக்கக்கூடாதா?''

குளியல் விஷயத்தைச் சொன்னதும் அவன் இன்னும் நெருக்கமாய், அம்மாவைச் சேர்ந்து நின்றான்.

''உனக்கு என்ன வேணும்?'' கல்யாணிக்குட்டி பொறுமையிழந்து கேட்டாள்.

''எனக்கு... எனக்கு...'' அவன் விக்கிக்கொண்டே சொன்னான்

''எனக்கு பயமா இருக்குது''

சட்டென்று அவளது குரல் தணிந்தது.

''எதுக்காகக் கொழந்தை பயப்படறே?''

''நான் இன்னிக்கு ராஜி அக்கா வீட்லே ஒரு சினிமா பாத்தேன். அதுல பயமூட்டுறதெல்லாம் இருக்குது''

''சினிமாவைப் பாத்து யாராவது பயப்படுவாங்களா?'' கல்யாணிக்குட்டிக்கு நம்மதி ஏற்பட்டது. ஒரு சினிமாவைப் பார்த்ததால் உண்டான பயம்தானே, பரவாயில்லை. புலப்படாமல் நம்மைச் சுற்றி எப்போதும் நடமாடும் அரூபிகள் சில சமயம் உருவம் பெற்று அச்சுறுத்துவதுண்டு, குறிப்பாகக் குழந்தைகளை. இப்படி அச்சமுறும்போது ஆபத்துகளை விளைவிப்பதைக் கல்யாணிக்குட்டி பார்த்திருக்கிறாள்.

ஏன், இதுபோன்ற குழந்தைகளுக்குப் பீதியூட்டும் படங்களைக் கொண்டு வருகிறார்கள்.

அவள் பக்கத்து வீட்டுக் குழந்தைகளை ஏசினாள்.

குழந்தைகளோடு அமர்ந்து பார்க்க முடியாத ஆபாசப்படங்கள் அல்லது திகிலூட்டும் படங்கள், இவற்றைத் தவிர எதுவுமிருக்காது.

அப்பா அலுவகத்திலிருந்து வீடு திரும்பிய பிறகும் ஆனந்தனின் பயம் அகலவில்லை. அப்பாவைக் கண்டதும் ஆறுதல் அடைந்தான். அவ்வளவுதான்.

விஷயம் தெரிந்ததும் கேசவன் உரக்கச் சிரித்தான். இதுதானா? இதுக்கெல்லாம் பயப்படுவாங்களா? போகட்டும். ''நீ சினிமாவுலே எதைப் பாத்து பயந்தே?''

அவனது முகத்தில் பயம். அப்பாவைச் சேர்ந்து நின்றான்.

''சினிமாவுலே நெறையல பயமூட்டுற சங்கதிங்க இருக்குது. குழாயைத் திறக்கறப்ப தண்ணிக்குப் பதிலா ரத்தம் வருது''

''குழாயிலேர்ந்து ரத்தமா?''

''ஆமாம். அப்புறம் மனுசங்களுக்கு ஒரு வியாதி வருது. கைவிரல் இல்லை! அதெல்லாம் மொழுகுவர்த்தி மாதிரி உருகுது. அதுமாதிரி மூக்கு, காது இதெல்லாம் உருகி கொஞ்சம் கழிஞ்சதும், ஆளே இல்லாமலிருக்கிறான். நிஜமா அப்படியொரு வியாதி இருக்குதாம். ராஜி அக்கா சொன்னா''

அவன் எதுவும் பேசாமல் யோசித்துக் கொண்டிருந்தான். பிரீப்கேஸில் கொண்டு வந்த பணத்தைக் கல்யாணிக்குட்டி பத்திரப்படுத்தி வைத்திருக்கமாட்டாள். வந்தவுடன் பிரீப்கேஸை ஒப்படைக்கும்போது கண்களால் ஜாடை செய்தான், அதற்குள் இருக்கிறதென்று.

சட்டென்று அவனுக்கு வியர்த்தது. எப்போதும் அதுபோலதான். அலுவலகத்தில் போலி வவுச்சரில் கையெழுத்துப் போட்டு மற்ற காகிதங்கள் அனைத்தையும் ஒழுங்குபடுத்திய பின்தான் பத்தாயிரத்தை எடுக்கிறான். எல்லா காகிதங்களும் சரியாய் உள்ளன.

ஆடிட் சம்பந்தப்பட்ட ஆசாமிகளால்கூட கண்டுப்பிடிக்க முடியாது. ஒருநாள் வசூலை ஒப்பிடும்போது பத்தாயிரம் பெரிய தொகை இல்லை.

கல்யாணிக்குட்டி கொண்டுவந்த தேநீரை உறிஞ்சிக் குடித்தவாறு நினைத்துப் பார்த்தான். இனியும் ஒரு வருஷம். பிறகு மனைவி,

குழந்தையுடன் இவ்விடத்தை விட்டு வெளியேறி விடவேண்டும். கோயம்புத்தூருக்கோ, சென்னைக்கோ போய் வீடு வாங்க வேண்டும். யாருக்கும் தெரியாது.

"அப்படியா அப்பா? அந்த மாதிரி வியாதி இருக்குதா?" ஆனந்தன் கேட்டான்.

அவன் கைவிரித்தான் "நான் கேட்டதில்லே. அதெல்லாம் சினிமாக்காரங்க ஆட்களைப் பயப்படுத்துறதுக்காக ஒவ்வொண்ணா செஞ்சுக் காட்டுறாங்க"

"இந்தப் பசங்கள, பயப்படுத்துறதுக்காக வர்றது ஒவ்வொரு சினிமாவும். எத்தனை நல்ல சினிமாங்க இருக்குது. அதையெல்லாம் கொண்டு வரக்கூடாதா? இந்தப் பசங்க அப்படிச் செய்ய மாட்டாங்க"

"இந்த மாதிரி சினிமாவை எல்லாம் எடுத்து வர்றது யாரு?" கேசவன் விசாரித்தான்.

"அந்த ராஜியும் சுதாவும், வேறே யார்?"

"அடுத்தவங்க வீட்லே போய் சினிமா பாக்கறப்ப அவங்க எடுத்து வர்ற சினிமாவைத்தானே பாக்க முடியும். இப்ப நாம டிவியும் வீடியோவும் ஒண்ணும் வாங்க முடியாது"

முடியும். கேசவன் மனதிற்குள் எண்ணினான். ஆனால் அதைச் செய்யாமல் இருப்பதே நல்லது. யாருக்கும் எந்தச் சந்தேகத்தையும் ஏற்படுத்தாமல் இருப்பதே சரி. ஆயிரத்தி ஐநூறு ரூபாய் சம்பளம் வாங்கும் ஒருவனால் வாங்கக்கூடியதுதான் டிவியும் வீடியோவும்.

"அப்பா குழாயிலே ரத்தம் வருமா?"

"நீ பேசாம இரு, குழாயிலே ரத்தம் வருதாம்?"

"ஆமாம் அப்பா, ஒரு வீட்டுலே இந்த வியாதி இருக்குதுன்னு தெரியறது. குழாயிலே ரத்தம் வர்றப்பதான் புரிஞ்சுக்கலாம் வீட்டுல யாருக்கோ அந்த வியாதி வந்திருக்குன்னு"

''முட்டாள்த்தனமா பேசாதே'' என்றான் கேசவன். ''நீ போய் குளிச்சிட்டு வந்து ஏதாவது படிக்கறதுக்குப் பாரு''

''எனக்கு பயமா இருக்குது''

தூங்குவதற்கு முன்பு கேசவன் அரிசிப்பெட்டியின் அடியில் அடுக்கி வைக்கப்பட்ட காகிதக்கட்டுகளைத் துழாவினான். இன்றைய கட்டுடன் பனிரெண்டு, அரிசிப் பெட்டிக்குள்ளிருந்து கைகளை எடுத்தான்.

ஆனந்தன் தூங்கிக் கொண்டிருந்தான். அவன்மீது போர்வையைப் போர்த்திவிட்டு அருகில் படுத்தான். கல்யாணிக்குட்டி சமையற்கட்டில் பாத்திரங்களை அலம்பிக் கொண்டிருந்தாள். குழாயில் தண்ணீர் கொட்டும் இரைச்சல், பாத்திரங்களின் ஓசை, பின்னர் குச்சித் துடைப்பத்தால் சாக்கடையைப் பெருக்கும் சத்தம். அவன் கல்யாணிக்குட்டியின் வரவுக்காய்க் காத்திருந்தான். இனி சமையற்கட்டின் கதவை மூடிவிட்டு வருவாள்.

ஏனோ குழாயிலிருந்து ரத்தம் வருவதைப் பற்றி யோசித்தான். ஆனந்தன் பயந்து போயிருக்கிறான். சிறுநீர் கழிக்க அவனுடன் நானும் செல்ல வேண்டியதாயிற்று.

சட்டென்று கேசவன் அதிர்த்தான். யாரோ கதவின் அழைப்பு மணியை அழுத்துகிறார்கள். பெல்லின் கரகரப்பான ஓசையைக் கேட்டு, சமையற்கட்டின் துடைப்பச் சத்தம் நின்றது. இப்போது கல்யாணிக்குட்டியும் திடுக்கிட்டிருப்பாள்.

இரவு பத்து மணி! யாராக இருப்பார்கள். எழுந்து கதவைத் திறக்கப் போனான்.

கல்யாணிக்குட்டியும் சமையற்கட்டின் நிலைப்படியில் வந்து நின்றாள்.

யார் இந்நேரத்தில்?

அவள் ஈரக் கைகளைப் புடவைத் தலைப்பால் துடைத்தாள்.

அவன் கதவைத் திறக்கிறானா என்ற சந்தேகத்தில் நிற்கும்போது அழைப்பு மணி மீண்டும் ஒலித்தது.

அவன் கதவைத் திறந்தான். பக்கத்து வீட்டுக்காரர் வேட்டியும், தோளில் துண்டுமாக நிற்கிறார்.

"நீங்க தூங்கலையா? வாசல்லே வெளிச்சத்தைப் பார்த்தப்ப தூங்கலைன்னு தெரிஞ்சது. அதனாலேதான் கூப்பிட்டேன்"

"என்ன விஷேசம்" கேசவனின் குரலில் சற்றே கசப்புணர்ச்சி தெரிந்தது.

"இன்றைக்கு மதியம் ஒரு மூணு மணி இருக்கும். ஒருத்தன் உங்க வாசற்படியிலே ஒதுங்கி ஒதுங்கி நிற்கறதை மாலதி பாத்தாளாம். ஒண்ணு ரெண்டு தடவை உங்க கேட்டுக்குள்ளேயே நுழைஞ்சு, உங்க கதவுவரைக்கும் வந்திருக்கான். அரைமணி நேரம் அப்படியே நின்னுட்டு திரும்பிப் போயிருக்கான்"

யாராக இருப்பார்கள் கேசவன் யோசித்தான்.

"நான் கடையிலேர்ந்து இப்பதான் வந்தேன். அப்போதான் உங்ககிட்டே சொல்லச் சொன்னா. இந்தக் காலத்திலே யாரையும் நம்ப முடியாதே?"

"சொன்னது நல்லதாப் போச்சு" என்றான் கேசவன்.

"யாருன்னு தெரியலையே?"

"நான் கிளம்பட்டுமா?"

"சரி"

முன்பு முகத்தை கடுமையாக்கியதற்குப் பிராயச்சித்தமாய் மென்மையாய்ப் பேசினான் கேசவன்.

கேசவனுக்கு உறக்கம் வரவில்லை. படுக்கப் போகும்போது கல்யாணிக்குட்டி சமையற்கட்டின் கதவைச் சார்த்தி, குளிக்கப் போவது வழக்கம். அருகில் வந்து படுப்பதற்குள் இவன் தூங்கியிருப்பான், குளியலறையிலிருந்து திரும்பும்போது நிர்வாணமாகத்தான் வருவாள். அருகில் படுக்கும்போது கேசவன் விழித்தெழுவான். ஜன்னல் ஊடாக வரும் மெல்லிய வெளிச்சத்தில் கல்யாணிக்குட்டியின் உடம்பைப்

பார்த்துக்கொண்டே படுத்திருப்பான். செலவைச் சிக்கனமாகச் சுருக்கும் விஷயத்தில் ஆரம்பித்ததுதான் இந்த நிர்வாண உறக்கம். இரவில் குளித்தப் பின்னர் அழுக்கு புடவையையும் ஜாக்கெட்டையும் உடுக்க மனம் வராது. இரவு கவுனை உடுக்கவேண்டும். ஒரு கவுனுக்கு முப்பது, நாப்பது ரூபாய் தேவைப்படும். அப்புறம் அவற்றைத் துவைப்பதற்கான செலவு.

அதைவிட முக்கியச் செலவுகள் இருந்த காலமது. இன்று இரவு ஆடைக்கான பணத்திற்கோ, துணி துவைப்பதற்கான செலவிற்கோ பிரச்சனை இல்லை. ஆனால் அன்று தொடங்கிய வழக்கம் இன்றும் தொடர்கிறது.

தண்ணீரை மொண்டுதான் கையைக் கழுவினான். குழாயைப் பார்த்து அவன் அஞ்சுகிறான்.

அவள் எதுவும் பேசாமல் படுத்துக் கிடந்தாள். சற்று நேர மௌனத்திற்குப் பின் கேட்டாள்.

''நீங்க தூங்கிட்டீங்களா?''

''ம்ம்... ம்ம்...''

''மூணு மணிக்கு வந்தது யாராக இருக்கும்?''

ஒரு நிமிடத்திற்குப் பின் சொன்னான்.

''தெரியாது''

அவனும் அத்தனை நேரம் அதைத்தான் யோசித்துக் கொண்டிருந்தான். சமீப நாட்களாய் அவனைப் பயம் ஆட்டிக் கொண்டிருந்தது. கதவின்மீது ஒரு தட்டல், அறிமுகமற்றவர்களின் பார்வை. கம்பெனி அதிபரின் அழைப்பு. எல்லாம் அவனைத் திடுக்கிட வைத்தன.

யாராவது என்னைப் பார்க்க வந்திருப்பார்கள். தூங்கக்கூடும். கூப்பிட வேண்டாமென்று திரும்பிப் போயிருப்பார்கள். நான்தான் மனைவிக்கு தைரியம் ஊட்டவேண்டும். ஆகவே தைரியத்தை வெளிப்படுத்துவதுதான் நல்லது என்பதை அவன் அறிவான்.

"எனக்குப் பயமா இருக்குது" என்றாள் கல்யாணிக்குட்டி "நம்ம செய்யறதை யாராச்சும் கண்டுப்பிடிச்சுட்டா?"

"அதை யாராலும் கண்டுபிடிக்க முடியாது"

"இனி ஒரு வருசம் போதும். அது முடிஞ்சதும் நாம போயிருவோம்"

"அதுவரைக்கும் எத்தனை ஆகும்?"

"ஏறத்தாழ மூணுலட்சம். மூணு ஆனாதான் ஏதாச்சும் பண்ண முடியும்"

அவள் கொஞ்ச நேரம் எதுவும் பேசவில்லை. பின்னர் மெதுவாகச் சொன்னாள்.

"சரியா சொன்னா, நாம செய்யறது திருட்டுத்தானே?"

அவன் எதுவும் பேசவில்லை. அவையெல்லாம் அவன் நினைவுகூர விரும்பாத விஷயங்கள். அத்தகைய தருணங்களில் கையில் காலணாகூட இல்லாமல் துன்பப்பட்ட நாட்களை எண்ணிப் பார்த்தான் "மகன் குழந்தையாக இருந்தப்ப பால் குடிக்க முடியாம கஷ்டப்பட்டது ஞாபகம் இருக்குதா உனக்கு?" என்றான் அவன்.

அன்று கேஷியராக இருந்தபோது எழுநூறு ரூபாய்தான் சம்பளம். கையில் கிடைப்பது அறுநூறு ரூபாய், அதை வைத்துக்கொண்டு எப்படி வாழ்க்கை.

முக்கிய செலவுகள் இருந்த காலமது. இன்று இரவு ஆடைக்கான பணத்திற்கோ, துணி துவைப்பதற்கான செலவிற்கோ பிரச்சனை இல்லை. ஆனால் அன்று தொடங்கிய வழக்கம் இன்றும் தொடர்கிறது.

"இருக்கும்" என்றாள் அவள். "எதுக்காக குடிக்கிறீங்க, இனி அதுவொரு பழக்கமாயிடும்"

முதல் நாள் பத்தாயிரம் ரூபாய் கட்டை வீட்டுக்கு எடுத்து வந்த போதுதான் முதன் முறையாய் அவன் மது அருந்தினான். உறக்கம் வருவதற்காக. அப்புறம் அது அடிக்கடி நடந்தது. மது அருந்தினால் தைரியம் கிடைக்கிறது. கல்யாணிக்குட்டியுடன் உடலுறவு கொள்ளத் தெம்பு கிட்டுகிறது. அது கழிந்ததும் சட்டென்று உறக்கம் வரும்.

''நீ ஒரு கிளாஸை எடுத்துட்டு வா''

கல்யாணிக்குட்டி எழுந்து சமையற்கட்டிற்குப் போனாள். கிளாஸும், தண்ணீரும் எடுத்து வந்தாள். சுவர் அலமாரியைத் திறந்து பாட்டிலை எடுக்கும்போது அவளது நிர்வாணப் பிருஷ்டத்தை ஜன்னல் வெளிச்சம் பிரகாசமாக்குவதை கேசவன் கவனித்தான். விஸ்கியைக் கிளாசில் தண்ணீரைக் கலந்து கட்டிலின் தலைமாட்டில் சேர்ந்து உட்கார்ந்தான்.

கொடுமைகளை ஏற்றுக்கொள்ள கல்யாணிக்குட்டி அருகில் வந்தமர்ந்தாள்.

அந்நியன் மீண்டும் வந்தான். மூன்று மணிவாக்கில் கல்யாணிக்குட்டி ஜன்னல் கதவுகளின் இடுக்கு வழியாக வெளியே பார்த்தாள். அப்போதுதான் அவன் வாசற்படியில் நிற்பதை கவனித்தாள். வெள்ளைச் சட்டை, வேட்டி, படியாத தலைமுடி, ஒரு பீடியைப் புகைத்தபடி அங்கு நின்றுகொண்டிருந்தான். அவ்வப்போது இவர்களின் கதவை வெறித்தான். அரைமணி நேரம் ஒதுங்கி ஒதுங்கி நின்றான். பின்னர் சென்று மறைந்தான்.

அவளது இதயம் வேகமாய் துடித்தது. யார் அவன்? அவனது நோக்கம் என்ன?

மாலையில் கேசவன் திரும்புவதற்குள் மிகவும் அதிர்ந்து போயிருந்தாள்.

''நாம சீக்கிரம் எங்கேயாச்சும் போயிடலாம். இனி பணம் எதுவும் வேண்டாம். இதுபோதும்'' என்றாள்.

''நீ ஏன் இப்படிப் பயப்படறே'' கேசவன் கேட்டான். ''அவனுக்கு வேறே ஏதாவது வேலை இருக்கும். ஆஃபீஸ் சம்பந்தமான தொடர்பு இருக்க வழியில்லே. ஒரு வருசம் கழியாம நம்மாலே எங்கேயும் போகமுடியாது''

மனைவிக்கு ஆறுதல் சொன்ன போதிலும் அச்சம் அவனுள் சூரிய வெளிச்சத்தில் நீர்ப்பாசியைப் போல வளர்ந்தவண்ணமிருந்தது. அறியப்படாத மனிதனும், அவனும் ஏதோ ஏடாகூடத்தில் அகப்பட்டு ஒரு மோதலுக்கு தயாராவதாய் உணர்ந்தான்.

இரவில் கிளாசை எடுத்து வரச் சொன்னபோது அவள் சம்மதிக்கவில்லை. மதுவை அருந்துவதும் அதன்பின்னர் கொள்ளும் உடலுறவும் அவனது கலக்கத்தைத் தணிக்கின்றன என்பதையும், அவன் சுகமாய் உறங்குவதையும் அவள் அறிவாள். ஆனால் இவளோ புரியாத பயங்களின் அடிமையாய், கண்விழித்துப் படுத்திருப்பாள். பகலில் உறங்கலாம் என்றால் இப்போது அதுவுமில்லை.

ஆனந்தன் பள்ளிக்கூடத்திலிருந்து புதிய அறிவுகளைப் பெற்றுத் திரும்பி வருகிறான். அவனது அறிவுகள் அவளை மேலும் பயமூட்டுகின்றன.

கைவிரல்நுனி உருகிவழியும் வியாதி நிஜமானதுதான் என்பதை ஆனந்தன் கண்டுபிடித்து விட்டான். வகுப்பில் பயிலும் பல குழந்தைகளின் வீட்டில் அத்தகைய அனுபவங்கள் நடந்துள்ளதை உறுதிப்படுத்தினான். குழாயில் ரத்தம்... குழாய் கிடக்கட்டும், கிணற்றுத் தண்ணீர் முழுவதும் சிவந்து ரத்தமானதைப் பார்த்த ஒருத்தன் வகுப்பில் இருக்கிறான். அப்படியானால் இது எதுவும் கட்டுக்கதைகள் இல்லை என்பதே உண்மை.

எனக்கு என்னுடையதான் பயங்கள் உண்டு. அவற்றுடன் இனி இவனுடைய பயங்களும்.

அலுவலகத்தில் கேசவன் மிகவும் எச்சரிக்கையுடன் நடந்து கொண்டான். முதலாளியின் ஒவ்வொரு சலனத்தையும் சந்தேகத்துடன் பார்த்தான். முதலாளிக்குத் தன்பேரில் சந்தேகங்கள் உள்ளன என்றும், அவற்றை தன்னிடம் சொல்லாமல் மிகச் சாதுர்யமாக மூடி வைப்பதாகவும் அவனுக்குத் தோன்றியது. மதியம் வீட்டுக்கு வரும் நபர் முதலாளியின் ஆளாக இருப்பான் என்று கேசவன் கருதினான். அவனது தூக்கம் தொலைந்தது. மதுவும், கல்யாணிக்குட்டியின் உடம்பும் அவனுள் ஈடுபாட்டை உண்டாக்கவில்லை.

உறக்கம் வராத இரவுகளில் எழுந்து ஜன்னல் ஊடே நட்சத்திர வெளிச்சத்தில் புலப்படாத உருவங்களைத் தேடினான். அறையில் உலாவும் போது யாரேனும் தன்னைத் திடீரென்று கைது செய்து விடுவார்களோ என்று பயந்தான். எதிரில் வரும் எதிரியை அடிக்கக் கையை ஓங்கினான்.

இதற்கிடையில் ராத்திரியில் எழுந்து அழுவதை ஆனந்தன் வழக்கமாக்கி இருந்தான். திடுமென எழுந்து பயத்தில் அழுவான்.

''குழாயிலே ரத்தம்'' என்று சொல்வான் ''என்னோட கையைப் பாருங்க உருகிப் போகுது''

விளக்கைப் போட்டு கைகளுக்கு எதுவும் ஆகவில்லையென அவனுக்கு உணர்த்த வேண்டும்.

புதன்கிழமை முதலாளி வெளியூர் போவார். பிறகு வெள்ளிக் கிழமைதான் திரும்பி வருவார்.

மூன்று நாள். இன்னுமொரு பத்தாயிரத்தைக் கடத்துவற்கான சார்ந்தர்ப்பம். காலம் அவனைப் பின்தள்ளிவிட்டு ஓடுவதாகவும், இழந்த ஒவ்வொரு சந்தர்ப்பமும் போனதுதான் என்பதையும் அவன் அறிவான். இனி ஒரு வருசம் தாக்குப்பிடிக்க முடியுமென்று தோன்றவில்லை. எனவே இந்த வாய்ப்பை நழுவ விடக்கூடாது.

சாயங்காலம் பிரீப் கேஸூடன் அலுவலகத்தைவிட்டு வெளியே வரும்போது வழக்கத்திற்கு மாறாக எதுவும் நடக்கப் போவதாய்த் தோன்றவில்லை கேசவனுக்கு. ஆனால் பஸ் நிலையத்தை நோக்கி நடக்கையில் தன்னை யாரோ பின்தொடர்வதை உணர்ந்தான்.

கேசவன் திரும்பிப் பார்த்தான். கடவுளே, அவன் தனக்குள் சொல்லிக் கொண்டான். ஒருத்தன் என்னைப் பின் தொடர்கிறான். கேசவன் பஸ் நிலையத்தை நோக்கி நடந்தான். அவன் பின்னால் வருகிறான். இன்றைக்கு எந்தச் சூழ்நிலையிலும் யாரிடமும் மோதக்கூடாது. பிரீப்கேஸிலுள்ள பணக்கட்டுகள் விலைமதிப்பற்றவை. கேசவன் காலியாய் வரும் ஆட்டோவை நோக்கி கைநீட்டினான். ஆட்டோ புறப்பட்டதும் திரும்பிப் பார்த்தான். வெள்ளைச் சட்டையும், வேட்டியும் அணிந்தவன் சும்மா பார்த்து நிற்கிறான். சட்டைப் பையிலிருந்து ஒரு பீடியை எடுத்து உதட்டில் பொருத்தி தீப்பெட்டியை உரசிக் கொளுத்துகிறான்.

படியில் ஆட்டோவை நிறுத்தி வாடகை கொடுத்து, ஒரு வழியாகக் கேட்டைக் கடந்து ஓடிவந்தான். மணியை அழுத்துவதற்கு முன்பு சற்று

நின்றான், இரண்டு காரணங்களுக்காக. ஒன்று, அவன் பின்தொடர்கிறானா என்று கவனிக்க வேண்டும். அடுத்தது, கல்யாணிக்குட்டி பார்ப்பதற்குள் மூச்சு வாங்குவதைக் கட்டுப்படுத்த வேண்டும்.

கதவைத் திறந்து மனைவியின் கையில் பிரீப்கேஸை ஒப்படைத்தான்.

''உள்ளே இருக்குது எடுத்துவை'' என்றான் ''கொஞ்சம் குளிர்ந்த தண்சியைத் தா குடிக்கறதுக்கு'' மண்பானையிலிருந்து எடுத்து வந்த குளிர்ந்த நீரை பருகிக் கொண்டிருக்கையில் ஆனந்தன் ஒரு நாற்காலியில் குறுகி அமர்ந்திருப்பதைக் கண்டாள்.

அவன் பயத்தால் சோர்வுற்றிருக்கிறான்.

''என்ன கொழந்தை கோவிச்சிட்டு உட்காந்திருக்கே?''

''அப்பா எனக்குப் பயமாக இருக்குது''

''எதுக்கு''

''எனக்கு அந்த நோய் வர்றமாதிரி தோணுது. பாருங்க என் கை விரலெல்லாம் ஈரமாயிட்டு வருது''

''நீ மடத்தனமா உளறாதே'' என்று அதட்டினான். ''அப்படி ஒரு வியாதி எதுவும் உலகத்திலே கிடையாது. சினிமாக்காரங்க ஒவ்வொன்னா செஞ்சுக்காட்டறாங்க''

கதவைக் கவனித்தான், காலடியோசை கேட்கிறதா?

''அப்பா குழாயிலே ரத்தம் வர்றமாதிரி எனக்குப் படுது. இந்த வியாதி வர்றப்ப குழாயிலே ரத்தம் வருமாம்''

''குழாயிலே ரத்தமா?''

கேசவன் எழுந்தான் ''வா, காட்டித் தர்தேன்''

''அய்யோ, அப்பா குழாயைத் திறக்காதீங்க'' ஆனந்தன் மன்றாடினான்.

''எனக்குப் பயமா இருக்கு''

கல்யாணிக்குட்டி சமையற்கட்டிலிருந்து திரும்பி வந்தாள்.

அவன் கண்களால் ஜாடைகாட்டி விசாரித்தான்.

வைத்துவிட்டதாகப் பதிலளித்தாள் கல்யாணிக்குட்டி.

அவன் ஆனந்தனை அழைத்தபடி குழாயை நோக்கிச் சென்றான். திடீரென்று அழைப்பு மணி ஒலித்தது. திடுக்கிட்டான். உடம்பு சில்லிட்டது. கைகள் வியர்த்தன. அவனது கை குழாயின் மீதிருந்தது. கல்யாணிக்குட்டி போய் சாவி துவாரம் வழியாகப் பார்த்ததும் திரும்பி வந்து தன்னிடம் ஏதோ சொல்வதும் வேற்றுலகில் நடப்பதாய் தெரிந்தது.

"அது அந்த ஆள்தான் மூணு மணிக்கு வருவானே?"

அவன் குழாயைத் திருப்பினான், தண்ணீருக்குப் பதில் வழவழப்பான திரவம் வழிய ஆரம்பித்தது. தன் விரல்கள் ஈரமாவதை உணர்ந்தான் தனது விரல்கள் எண்ணெய் போன்ற திரவத்தில் ஒன்றோடு ஒன்று ஒட்டுவதையும் அறிந்தான். கண் பார்க்கத் தைரியமின்றி, அசையாமல் நின்றான்.

ஹிக்விட்டா - என்.எஸ்.மாதவன்

தமிழில் : எம்.எஸ்

"பெனல்டி கிக்குக்காகக் காத்து நிற்கும் கோல்கீப்பரின் தனிமை" என்ற ஜெர்மன் நாவலைப் பற்றி இத்தாலியிலிருந்து வந்த இலக்கிய நண்பரான ஃபாதர் கப்ரயற்றி ஒன்று அல்லது இரண்டு தடவை ஃபாதர் கீவர்கீஸோடு பேசியிருப்பார். நாவலின் பெயரைக் கேட்டவுடன் கீவர்கீஸுக்கு அதைப் படித்துவிட்டது போலத் தோன்றியது. ஒரு தடவையல்ல, பல தடவை.

மற்றவர்களால் காட்டிக் கொடுக்கப்பட்டு, இரண்டு கைகளையும் விரித்து, கோல்கீப்பர் பெனல்டி கிக்கிற்காகக் காத்திருக்கிறான். காலரியில் ஐம்பதினாயிரம் எச்சில் நிரம்பிய தொண்டைகள் அப்போது நிசப்தமாயிருக்கும். ஒரு பார்வையாளன் மட்டும் இடையிடையே மூன்று தரம் கூவுவான்.

இதுபோன்ற பல கதைகள் மூலம் கோல்கீப்பரின் தொடர்ந்த பரம்பரைகளை கீவர்கீஸ் மனதில் உருவாக்கிக் கொண்டிருந்தார். அந்த ஜெர்மன் நாவலைப் படிக்க வேண்டும் என்று அவருக்குத் தோன்றவே இல்லை. அதோடு கோல்கீப்பரின் ஜாதகக் கதைகள் முடிந்துவிடும். பிறகு நாவலில் எழுதியவை மட்டுமேயாக அவனுடைய கதை சுருங்கிவிடும்.

முதல் சில நாட்கள் கோல்கீப்பர் மாற்றமில்லாமல் ஏசு கிறிஸ்துவாயிருந்தான். ஒண்ணாம் நம்பர் ஜெர்ஸி அணிந்த கர்த்தா பல பந்துகளை அடித்து மாற்றினான். சில தினங்களுக்குப் பிறகு திடீரென்று கோளிகல்கீப்பர் கோலியாத்தாக மாறினான். எதையாவது முணுமுணுக்க க்கூட அருகே ஆளின்றி ஆகாயத்தை முட்டும் தனிமையில் கவணில் இருந்து பறந்துவரும் பெனல்டி கிக்குக்காக காத்திருந்தான் கோல்கீப்பர். அவனுடைய பல்வேறு சாத்யதைகள் தினந்தோறும் வளர்ந்துகொண்டே இருந்தன.

ஃபாதர் கீவர்கீஸின் அதிகார எல்லை தெற்கு தில்லி. சில மலையாளிகள். பீகாரில் இருந்து வந்து வீட்டு வேலைக்காரிகளான பல ஆதிவாசிச் சிறுமிகள். தெய்வ விசுவாசிகளாக இத்தனை பேர்கள்தான். வாரத்தில் ஒருநாள் ஃபாதர் பிஷப்பைப் பார்க்கச் செல்வார். எப்போதாவது இலக்கிய சர்ச்சைக்காக ஃபாதர் கப்ரியற்றியும் வந்து கலந்து கொள்வார். அண்மையில் சில வாரங்களாக திருப்பலி முடிந்து வெளியே வரும்போது ஆதிவாசிப் பெண் லூஸி மிரண்டி, ஃபாதர் கீவர்கீஸுக்காக காத்து நிற்கிறாள்.

ஃபாதர், அவன் திரும்பவும் வந்தான். சென்ற தடவை பார்த்தபோது லூஸி கூறினாள்.

''யார் லூஸி?''

''போன ஞாயிற்றுக்கிழமை நான் சொன்னேனே, அவன்தான்''

''ம், அவனுடைய பெயர் என்னவென்று சொன்னாய்?''

''ஜப்பார்''

''அதுதான், ஜப்பார் எனக்கு ஞாபகம் இருக்கு. அவன் எதற்காக வந்தான்?''

போன்வாரம் சொன்னேனே, அதற்குத்தான்.

கீவர்கீஸ் லேசாக ''ம்'' என்றார்.

''திரும்பவும் என்னை அவன்கூட வரச் சொல்கிறான்''

நினைவுகள் சட்டென்று ஃபாதரின் மனதில் எரி நட்சத்திரங்களாகப் பாய்ந்து வந்தன. ஆதிவாசிகளிடமிருந்து கோழியும், இலுப்பையும், முரட்டுத் துணியும் வாங்கி விற்கும் ஓர் இடைத்தரகனாயிருந்தான் ஜப்பார். பின்னர், குறிப்பாக வறட்சி மாதங்களில், ஆதிவாசிச் சிறுமிகளை வேலை வாங்கித் தருவதாகச் சொல்லி வெளியே கொண்டு செல்ல ஆரம்பித்தான்.

அப்படித்தான் ராஞ்சியில் இருந்து ரயிலேறி, கடுகு எண்ணெய் மணக்கும் ஸ்டேஷன்களை கடந்து, லூஸி தில்லி அடைந்தது.

வாக்கு மாறாமல் ஜப்பார் லூஸியை ஒரு வீட்டில் வேலைக்கு அமர்த்தினான். மாதாமாதம் அவளைப் பார்க்கச் செல்வான். ஆரம்பத்தில் அவன் பைசா கேட்பானோ என்று லூஸிக்குப் பயம். ஆனால் ஜப்பார் ஒவ்வொரு தடவையும் அவளுக்கு ஏதாவது பரிசுப் பொருட்கள் கொண்டு வருவான். நெற்றியில் ஒட்டி வைக்கிற பொட்டு, சந்தனம் மணக்கும் பௌடர், லூஸியின் முதல் பிரேசியர் அதுவும் கறுப்பு நிறத்தில்!

ஒருநாள் ஜப்பார் லூஸியிடம், ''வேலையை விட்டுவிட்டு என்னுடன் வா'' என்றான்.

சற்றும் சந்தேகமின்றி லூஸி அவனுடன் சென்றாள். அன்று மாலை ஜப்பார் அவளுக்கு மஞ்சளில் சிவப்புப் புள்ளிகள் வைத்த ரெடிமேட் ஸல்வாரும் கமீஸூம் வாங்கி வந்தான். சிவப்பு நைலக்ஸ் துப்பட்டாவினால் அவள் தலையை மூடினான். கறுத்த தடித்த உதடுகளில் பளபளக்கும் கறுப்பு லிப்ஸ்டிக் பூசி, சற்று வற்புறுத்தி, தன்னுடன் வெளியே அழைத்துச் சென்றான்.

அழகி லூஸியும் ஜப்பாரும் சென்றடைந்தது ஒரு ஹோட்டல் அறையின் முன்னால். அறைக்கு உள்ளே செல்வதற்குமுன் ஜப்பார் சொன்னான்.

''நான் வரவில்லை. உள்ளே சேட் நல்ல மனுஷன். அவன் படும் அவஸ்தையைப் பார்த்தால் இதுதான் முதல் தடவை என்று தோன்றுகிறது. உன் அதிர்ஷ்டம் அறைக்குள் போனதும் எழுநூற்றி அம்பது ரூபாய்

தருவான். அதை என்னிடம் கொண்டு தந்துவிடு. பிறகு காரியம் முடிந்த பின் உன் சாமர்த்தியத்துக்குத் தக்கபடி இனாம் கிடைக்கும். அது உனக்கேதான்''

லூஸி திரும்பி ஒரே ஓட்டமாக ஹோட்டலின் லாபி வழியே வெளியே ஓடினாள். அவள் பின்னே ஜப்பார். ஓட்ட முடிவில் லூஸி ஜப்பாரின் வீட்டில் தாழிட்ட அறைக்குள் இருந்தாள்.

''நான் உன்னைக் கல்யாணம் பண்ணிக்கப் போறேன்'' ஜப்பார் லூஸியின் தலைமயிர் வகுந்த இடத்தில் எரியும் சிகரெட் கொண்டு குங்குமப் பொட்டு வைத்தான். பின்னர் அவளுக்குத் திருமண வயது ஆகவில்லையென்றும், அவள் சின்னஞ் சிறுமியென்றும் சொல்லி, அதே சிகரெட் கொண்டு அவளுடைய உள்ளங்கால் வெளுப்பில் கிச்சுகிச்சு மூட்டினான்.

அப்போதெல்லாம் ஏதோ ஹிந்தி சினிமாவில் வரும் வில்லனைப் போல் ஜப்பார் பேசினான் என்றாள் லூஸி.

அங்கிருந்து லூஸி எப்படித் தப்பினாள் என்று ஃபாதருக்கு நினைவில்லை. காரணம் கதை அந்த இடத்தில் வரும்போதே மனதின் காலரிகள் நிரம்பி முடிந்திருந்தன. கவனக்குறைவான கோல்கீப்பர் பெனல்டி கிக் எல்லாம் பிடித்து விட்டான் என்றாலும் ஒன்றன்பின் ஒன்றாக பந்துகள் அனைத்தும் அவனுடைய கையிலிருந்து நழுவி வீழ்ந்தன. விதைகளை மண்ணில் இறைத்துப் பாழாக்கிய யூதாவின் மகன் ஓணானாயிருந்தான் அன்றைய கோல்கீப்பர்.

லூஸிக்குத் தெற்குத் தில்லியில் ஒரு வீட்டில் மீண்டும் வேலை கிடைத்தது - ஜப்பாருக்குத் தெரியாமல். ஆனால் அவளைத் தேடிக் கண்டுபிடிக்கப் பத்து நாட்கள்கூட தேவைப்படவில்லை. அவனுக்கு.

''அப்போ ஜப்பாரிடம் நீ என்ன சொன்னாய்?''

''வரமுடியாது என்று''

''ரொம்பச் சரி''

"ஆனால், ஜப்பார்"

"நீ போலீஸில் கம்பளெய்ன்ட் கொடு" ஃபாதர் யோசனை கூறினார்.

"ஜப்பாரைவிட போலீஸிடம் எனக்கு அதிக பயம்"

"அப்படிச் சொன்னால் வேற வழி"

"ஃபாதர் என்கூட..."

"நீ பயப்படாதே. நான் போகிறேன்"

ஃபாதர் அறைக்குள் வந்தார். மைதானம் காலியாக இருந்தது. பாப்கார்ன் கவர்களும் ஐஸ்க்ரீம் கப்களும் நினைவுக் குறிப்புகள்போல் சிதறிக் கிடந்தன. கோல்கீப்பர்கள் ஓய்வெடுத்துக் கொண்டிருக்கலாம்.

இரவு உணவு முடித்து படுக்கச் சென்றபோது ஃபாதருக்கு தூக்கம் வரவில்லை. இத்தாலியில் நடக்கிற உலகக் கோப்பைக் கால்பந்து குறித்து சட்டென்று நினைவு வந்தது. சிறிய கறுப்பு - வெள்ளை டி.வி.யைத் திறந்து அதன் முன்னே அமர்ந்தார்.

பி.டி. மாஸ்டரின் மகன் என்பதால் கீவர்கீஸ் புட்பால் டீமில் சேர்த்துக் கொள்ளப்பட்டான் என்று தலைமுறைகளாக மூத்திரம் கட்டிக்கிடக்கும் ஸ்கூலின் வடக்குச் சுவரில் யாரோ கரியினால் எழுதியிருந்தார்கள் என்றாலும், ஒல்லூர் உயர்நிலைப் பள்ளி கோல் போஸ்டில் மழை வில்போல் வளைந்து வந்து வீழ்ந்த கார்னர் கிக்கின் மூலம் கீவர்கீஸை ஸ்கூலில் எல்லோரும் அறிந்து கொண்டனர். ஆங்காங்கு புல் முளைத்திருக்கும் செங்கல் பரவிய தரையில் மூங்கில் கல்பாலமைத்த கோல் போஸ்டர்கள் நாட்டிய மைதானத்தில் வெறும் காலோடுதான் அவர்கள் ஃபுட்பால் விளையாடினார்கள்.

மாவட்ட சாம்பியன்ஷிப்பில் முதல் விளையாட்டில் ஒல்லூர் உயர்நிலைப் பள்ளியைத் தோற்கடித்தபின் அவர்கள் குன்னங்குளத்துக்குச் சென்றனர். பஸ்ஸில் பையன்கள் அமைதியாயிருந்தனர். மாநில டீமுக்குத் தேர்ந்தெடுக்கப்பட்ட "யமன்" ரப்பாயிதான் குன்னங்குளம் ஸ்கூல்

காப்டன். அப்பா மட்டும் பேசிக் கொண்டிருந்தார். ''பந்து காலில் பட்டதும் உடன் கண்கள் சுழலவேண்டும், நம்முடைய டீமில் யாராவது மார்க் செய்யாமல் நிற்கிறார்களா என்று பார்க்க...''

அப்பா ஸ்கூல் பண்டில் இருந்து வாங்கித்தந்த நேந்திரம்பழமும் பருப்புவடையும் தின்று, குன்னங்குளத்தாரின் கூவலும் கேட்டு, ஆட்டம் ஜெயித்து, ஆளற்ற இரவில் பஸ்ஸில் திரும்பி வரும்போது தாளமிட்டுப் பாடினார்கள்.

''ஐயோ போச்சே குன்னங்குளம் போச்சே

ஐயையோ போச்சே ரப்பாயி போச்சே''

''நீயும் பாடு'' அமைதியாயிருந்த கீவர்கீஸிடம் கண்களை உயர்த்தி அப்பா பரிவுடன் சொன்னார். ''பயப்படாதே, நான் இப்போ உன் அப்பா இல்லை; பி.டி. மாஸ்டர்''

அடுத்த ஆட்டம் சொந்த ஸ்கூல் மைதானத்தில் நடந்தது. காப்டன் கோபிநாத் உதைத்துவிட்ட பந்தை நெஞ்சில் வாங்கி பின்புறமாகக் கத்திரிவெட்டாக கோல் அடித்ததுடன் கீவர்கீஸைத் தேடி மலபாரில் இருந்து ஆட்கள் வரத் தொடங்கினார்கள். ஒரு ஆட்டத்துக்குப் பத்துப் பதினைந்து ரூபாய் பேசப்பட்டது. அவனுக்கு ஸெவன்ஸ் டோர்னமென்டில் விளையாட அழைப்பு வந்தது.

அறுவடை முடிந்த வயல்களில் பந்தயம் கட்டுபவர்களின் ஆர்ப்பரிப்பில் கீவர்கீஸ் ஸெவன்ஸ் விளையாடியது அப்பாவுக்குப் பிடிக்கவில்லை. ஒரு தடவை அதுபற்றிப் பேசினார்.

மகனே, ஃபுட்பால் எனது தெய்வ விசுவாசம். ஸெவன்ஸோ கிறிஸ்துவுக்கு எதிரானது.

ஆனால் கீவர்கீஸுக்கு ஸெவன்ஸ் விளையாடாமல் இருக்க முடியவில்லை. அப்பா அவனிடம் ஃபுட்பால் குறித்துப் பேசுவதை நிறுத்திக் கொண்டார்.

அப்பா இறந்த வருடம்தான் கீவர்கீஸ் பி.ஏ.யில் தோற்றது. தந்தையிடம் காட்டிய தவறுகளுக்குப் பிராயச்சித்தமாக விளையாடுவதை நிறுத்தியதும் பிறகு சில நாட்கள் சென்றபின் கடவுளின் ஊழியத்திற்கான அழைப்புக் கிடைத்ததும் அந்த வருடம்தான்.

டி.வி.யில் உலகக் கோப்பை விளையாட்டு பார்த்துக் கொண்டிருக்கும்போது பெனல்டி கிக்குக்காக காத்து நிற்கும் பலவித கோல்கீப்பர்கள் ஃபாதரின் மனதைவிட்டு அகலவில்லை. ஃபாதர் விளையாட்டைப் பார்க்கவில்லை. கோல்கீப்பர்களை மட்டுமே கவனித்துக் கொண்டிருந்தார்.

இன்னொரு நாள் திருப்பலி முடிந்து வெளியே வரும்போது லூஸி மீண்டும் ஃபாதரின் அருகே வந்தாள்.

''ஃபாதர்!''

''ம்?''

''ஜப்பார்''

''ஜப்பார்?''

''ஜப்பார் என்னை அவன்கூட வரச்சொல்கிறான்''

''நீ போகவே வேண்டாம்''

''நான் இருக்கும் வீட்டில் ஆட்கள் எப்போ வெளியே போவார்கள் என்று அவனுக்குத் தெரியும். இல்லாவிட்டால் எப்படி கரெக்டா அந்தச் சமயம் பார்த்து அவன் என்னை போனில் கூப்பிடுகிறான்? எனக்கு பயமாயிருக்கு''

''எல்லாம் சரியாகும், லூஸி'' ஃபாதர் திரும்பி நடந்தார்.

பெனல்டி கிக் மூலம்தான் கோல்கீப்பர்களைப் பற்றி நன்கு அறிந்துகொள்ள முடியும் என்று கீவர்கீஸ் அறைக்குள் செல்லும்போது தனக்குள் சொல்லிக் கொண்டார். இன்னொரு விஷயமும் அவருக்குத் தெரிந்திருந்தது. பெனல்டி கிக்குக்காக காத்திருக்கும் கோல்கீப்பர் தனியன்

அல்ல. மாறாக, ஆட்கள் கூட்டம்கூடி அவனது தனிமையைக் கெடுப்பதுதான் ஒரு கோல் கீப்பரை அதிகம் கஷ்டப்படுத்துகிறது.

ஃபாதர் கீவர்கீஸ் அதன்பின் லூஸியைப் பார்த்தது ஸ்கூட்டரில் போகும்போது. ஐ.என்.ஏ. மார்கெட்டின் சமீபம் ஆட்டோ ரிக்‌ஷாவில் போய்க் கொண்டிருந்த லூஸி அவரைப் பார்த்ததும் டிரைவரின் முதுகைத் தொட்டு வண்டியை நிறுத்தச் சொன்னாள். அதற்குள் ஃபாதர் ஸ்கூட்டரின் கியரை மாற்றி வேகமாகச் சென்றுவிட்டார்.

கோல்கீப்பர்களைம் பற்றிய கீவர்கீஸின் பாடத்தில் ஒரு சிறு அடிக்குறிப்பாக டி.வி.யில் கொலம்பியாவின் கோல்கீப்பரான ஹிக்விட்டா தோன்றினான். தாண்டவத்திற்குமுன் கவனத்தோடு சடையை அவிழ்த்துவிட்ட சிவனைப் போல நீண்ட சுருள் முடியும், கறுத்த கருங்கல் முகமும், மெலிந்த மீசையுமாக ஹிக்விட்டா மற்ற கோல்கீப்பர்களுக்கு முற்றிலும் மாறாக இருந்தான்.

கோல்கீப்பரின் முதல் கடமை சாட்சியாயிருத்தல். பெனல்டி கிக் ஏற்படும் போது அதை அவன் இழந்துவிடுகிறான். பதிலாகக் கிடைப்பதோ பார்வையாளர்களின் சிறிய ஆமோதிப்புதான். ஆனால் ஹிக்விட்டா எவ்விதக் கூச்சமும் இல்லாமல் நிகழ்ச்சிகளில் பிரவேசிக்கிறான். புதிய அட்சரேகைகளைக் கண்டுபிடிக்கும் மாலுமியைப் போல கோல்கீப்பர்கள் இதுவரை பாரத்திராத மைதானத்தில் மத்திய பாகத்துக்கு பந்தை இட வலமாக உருட்டி அவன் முன்னேறுகிறான்.

ஃபாதர் கீவர்கீஸ் மற்ற கோல்கீப்பர்களை ஒதுக்கிவிட்டு ஹிக்விட்டாவை மட்டும் கவனிக்கத் தொடங்கியது. அவன் பெனல்டி கிக்கை எதிர்கொள்வதை முதன்முதலில் பார்த்தபோதுதான். இரண்டு கைகளையும் காற்றில் வீசி, ஒரு ஆர்க்கெஸ்ட்ரா கண்டக்டர் மாதிரி, பிறைபோல வளைந்து கிடக்கும் ஸ்டேடியத்தில் பார்வையாளருக்குக் கேட்கமுடியாத சங்கீதத்தின் உச்சஸ்தாயிகளை ஹிக்விட்டா சிருஷ்டித்தான். பந்தை உதைக்க நிற்கும் வீரர்களுக்கு அவனுடைய வாத்யகோஷ்டியில் முதல் வயலின்காரனின் முக்கியத்துவம் மட்டுமே இருந்தது. கடைசியில் ஒருநாள் அது நிகழ்ந்துவிட்டது. முன்னேறிக் கொண்டிருந்த

ஹிக்விட்டாவின் காலிலிருந்த பந்தை எதிராளி தட்டியெடுத்து ஆளற்ற போஸ்டில் கோல் அடித்து கொலம்பியாவை உலகக் கோப்பையிலிருந்து வெளியேற்றினான். ஆனால் ஹிக்விட்டா இந்த நிகழ்ச்சியின் உருவாக்கலிலும் தன்னுடைய பங்கை உணர்ந்தவனாய் மெதுவாகச் சிரித்துக் கொள்வதை கீவர்கீஸ் மட்டுமே கவனித்தார்.

திருப்பலி முடிந்து ஃபாதர் வெளியே வந்தபோது அன்றும் லூஸி அவருக்காகக் காத்து நிற்பதைக் கண்டார். அவளைப் பார்த்துத் தலையசைத்துவிட்டு, பேசுவதற்கு நிற்காமல் தனது அறைக்குத் திரும்பினார்.

மைதானத்தின் நடுவில் தன் அணி ஆளிடம் பந்தை பாஸ் செய்தபின் திரும்பி வருகிற ஹிக்விட்டாவைப் பார்ப்பதுதான் ஃபாதருக்கு மிகவும் விருப்பம். கோல் போஸ்டின் அரவணைக்கும் சூட்டை அனுபவிக்க நிலைகுலைந்து ஓடி வருகிற மற்ற கோல்கீப்பர்களிலிருந்து மாறுபட்டு, சத்தமாக, எந்தவித பரபரப்பும் இல்லாமல் கோல் போஸ்டுக்குத் திரும்புகிறான் ஹிக்விட்டா.

''ஃபாதர்'' லூஸி அழைத்தாள்.

கீவர்கீஸ் நின்றார்.

''ஃபாதர், நான் ஜப்பார்கூடப் போகிறேன்'' அவளுடைய எதிர்ப்பு தகர்ந்து விழத்தொடங்கியிருக்கிறது.

''போக உனக்குச் சம்மதமா?''

''சம்மதமா என்று கேட்டால்..?''

''பிறகு?''

''இன்று சாயங்காலத்துக்குள் அவனுடைய வீட்டுக்குப் போகாவிட்டால் என் முகத்தில் ஆஸிட் பல்பை வீசுவானாம். அவன் சொல்கிறான்''

''உனக்குப் போக விருப்பமா?''

''நான் போனால் ஒருவேளை அவன் என்னைக் கல்யாணம் செய்து கொள்ளலாம்'' என்றாள் லூஸி நம்பிக்கையற்ற குரலில்.

''உனக்குப் போவதற்கு முழுச் சம்மதமா?''

''அவன் என் முகத்தில் ஆஸிட் வீசுவான்...''

''நீ வா'' ஃபாதர் அவளைத் தன்னுடன் நடந்துவரச் சொன்னார். அறைக்கு வெளியே அவளை நிறுத்திவிட்டு, உள்ளே சென்று பான்ட், சட்டையின்மேல் அணிந்திருந்த அங்கியையும் ஜெபமாலையையும் கழற்றினார். பிறகு லூஸியை ஸ்கூட்டரின் அருகே அழைத்துச் சென்றார்.

''நீ ஏறிக்கொள்'' ஸ்கூட்டரை ஸ்டார்ட் செய்துகொண்டே ஃபாதர் கூறினார்.

''ஜப்பாரின் வீடு எங்கே?''

''ஷக்கூர்புர் பஸ்தியின் அருகே''

ஃபாதர் ஸ்கூட்டரை கார்களுக்கும் ஸ்கூட்டர்களுக்கும் இடையே இட வலமாகத் திருப்பி வேகமாக ஓட்டினார்.

தட்டியதும் ஜப்பார் கதவைத் திறந்தான். சுருண்ட முடியும் இணைந்த புருவமும் ஐந்தரை அடி உயரமும் உள்ள ஜப்பாரின் முகத்தில் மீசை இன்னும் கறுக்கவில்லை, இருந்தும் அவன் தலைமயிர் சற்றே நரைக்கத் தொடங்கியிருந்தது. நிர்ணயிக்க முடியாத வயது.

''நீ வந்துவிட்டாயா?'' ஜப்பார் கேட்டான்

அவனுடைய மிருதுவான குரல் ஃபாதரை வியப்பில் ஆழ்த்தியது. குறிப்பாக அந்தச் சப்தம் பிறந்த சதைப் பற்றிய கனத்த தடித்த காளைக் கழுத்தை கண்டபோது.

''நீ உள்ளே போ'' ஜாப்பரின் குரல் இன்னும் மெதுவாக ஒலித்தது.

''போகமாட்டாள்'' கீவர்கீஸ் கூறினார். அப்போதும் ஜப்பார் லூஸியை மட்டுமே பார்த்துக் கொண்டிருந்தான். அவனுடைய கண்கள் ஃபாதரைப் பொருட்படுத்தியதாகவே தெரியவில்லை.

''நீ உள்ளே போ''

''போகமாட்டாள்'' ஃபாதர் மீண்டும் கூறினார்.

ஜப்பார் அப்போதும் அவர் பக்கம் திரும்பவில்லை. உணர்ச்சியற்ற குரலில் அவன் லூஸியிடம் ஏதோ அந்தரங்க விஷயம் சொல்கிறமட்டில், ''லூஸி அந்த ஆள் இங்கிருந்து போவதல்லவா நமக்கு நல்லது'' என்றான்.

''இல்லை'' என்றாள் லூஸி.

அப்போது ஜப்பாரின் கை உயர்ந்ததும், லூஸி ஒரு அடி பின்னால் நகர்ந்ததும், தலைச்சேரியின் சமீபம் ஒரு வயலில் செவன்ஸ் காணவந்தவர்கள் 'கீவரிதே கீவரிதே' என்று ஆர்ப்பதித்ததும் ஒரே சமயத்தில் நிகழ்ந்தது.

பழைய புகைப்படங்களின் மஞ்சள் நிற நினைவில் பி.டி. மாஸ்டர் தூரத்தில் ஒரு கமுகு மரத்தில் சாய்ந்து நிற்கும் காட்சி கண்களின் ஓரத்தில் ஆடை படிந்து கிடக்கும்போதே கீவர்கீஸ் காலை உயர்த்தி உதைத்தார். அகன்ற மார்பில் பந்தை ஏந்தி தலையினால் முட்டினார். கால் உயர்ந்து அடுத்த அடி விழுந்தது. மீண்டும் மீண்டும் திரும்பவும் ஸ்லோமோஷனில் அடி தொடர்ந்தது. தரையில் விழுந்த ஜப்பாரின் மூக்கிலிருந்து ரத்தம் வழிந்தது. பெரிய எழுத்துக்களில் ஓக்லஹாமா என்று எழுதிய பனியனைச் சுருட்டிப் பிடித்துத் தூக்கி ஃபாதர் கீவர்கீஸ் கூறினார்.

''நாளை சூரியன் உதிக்கும் என்று உண்டென்றால் உன்னைத் தில்லியில் காணக்கூடாது''

ஃபாதர் கையைவிட்டதும் ஜப்பார் நிற்கமுடியாமல் தள்ளாடித் தரையில் விழுந்தான்.

லூஸியை அவள் தங்கியிருந்த வீட்டின்முன் இறக்கி விட்டுவிட்டு ஃபாதர் தம் அறைக்குத் திரும்பினார். சாந்தமாக, எந்தவிதப் பரபரப்பும் இல்லாமல்.

காலடிச் சுவடுகள் - சாரா ஜோசப்

தமிழில் : கே.வி.ஜெயஸ்ரீ

இந்த ஏணிப்படிகள் என்னுடையதல்ல. இந்த வராந்தாக்களும், கட்டிடக் கூரைகளும் என்னுடையதல்ல. இந்த முற்றம், நடைபாதை, விளையாட்டு மைதானம், கொன்றைமரம், புத்தகங்கள், ஆசிரியர் யாரும் என்னை அவர்களில் ஒருத்தியாக ஏற்றுக்கொள்ள மாட்டார்கள்.

ஒவ்வொரு படியிலும் தயங்கி நின்றவாறும், வேதனையோடும் நான் அவற்றைக் கடந்து கொண்டிருக்கிறேன். என்னுடைய செருப்புகள் தூசி படிந்தவை. காலடிகள் வேர்வையில் குளித்தவை குதிங்கால்கள் வெடித்து வலியுண்டாக்குபவை. நான் வசிக்கும் காலனிக்கும் இந்தக் கல்லூரிக்குமான இடைவெளி மிக நீண்டது. அத்தனை தூரத்தையும் அலைந்து திரிந்து நான் இந்தப் படிக்கட்டுகளை நெருங்கியுள்ளேன். புராதனமான இந்த மிகப்பெரிய படிக்கட்டுகளின கீழே நானொரு புழுவைப் போல ஒதுங்கி நிற்கிறேன். எனக்கு முன் என் அப்பாவோ அம்மாவோ, சகோதரர்களோ இவற்றைக் கண்டதில்லை என்னுடைய இந்த அற்புதம் அவர்களுடையதும்தானோ?

சிறிது நேரத்திற்கு முன்னர் நான் அட்மிஷன் கமிட்டியிடம் ஒரு புகார் மனுவை நீட்டியபடி நின்று கொண்டிருந்தேன். கமிட்டியின் பதினோரு உறுப்பினர்களும் அரைவட்ட வடிவ மேஜையின்பின் அமர்ந்திருந்தனர். பொதுவாகவே எனக்கு எந்த விஷயத்திற்காகவும் புகார் செய்யும் எண்ணம் உண்டானதில்லை. எனக்கெதிராக அநீதி இழைக்கப் பட்டுள்ளதா கவும், அதனை எதிர்த்துப் புகார் எழுதிக் கொடுக்கும்படியும் என்னைத் தூண்டியது பத்திரிக்கை ஏஜெண்டாக இருக்கும் சந்திரிகா அக்காதான்.

பத்திரிகைகளைச் சைக்கிளில் அடுக்கி வைத்துக்கொண்டு அதிகாலையில் படுவேகமாகச் செல்லும் அக்காவை நான் வாசல் கூட்டும் போதுதான் பார்ப்பேன். சைக்கிளிலிருந்து இறங்காமலேயே ஒரு காலை மட்டும் நிலத்தில் ஊன்றியவாறு அக்கா என்னிடம் எதையாவது கேட்பாள்.

என் பெயர் ரிஸர்வேஷன் லிஸ்ட்டில்தான் உள்ளது எனப்தைச் சொன்னபோது அக்காவிடமிருந்து தெறிந்த கோபாவேசத்தைக் கண்டு நான் மிகவும் நடுநடுங்கிவிட்டேன். மெரிட் லிஸ்ட் என்றால் என்ன? எதுவாயிருந்தாலும் பரவாயில்லை. கல்லூரியில் இடம் கிடைத்தால் போதும் என்ற ஒரு எண்ணம் மட்டுமே எனக்கிருந்தது. வீட்டு வாசல்களைக் கூட்டிக்கொண்டிருக்கும் இந்தத் துடைப்பத்தைக் கீழே போட்டுவிட்டுக் கல்லூரிக்குப் போக வேண்டும்.

கழுதை, உன்னைப் போன்ற எண்ணம் உடையவர்கள் என்றுமே முன்னேற முடியாது. மிகவும் கோபித்துக் கொண்ட அக்கா மேலே ஒரு வார்த்தையும் பேசாமல் கடகடவென சைக்கிள் பெல்லை அடித்துக்கொண்டே சென்றுவிட்டார். பத்திரிகையெல்லாம் கொடுத்து முடித்துத் திரும்பி வருவதற்குள் வாசல் பெருக்கி, பாத்திரம் கழுவி, வீட்டைத் துடைத்து முடித்து கையைப் பாவாடையில் துடைத்துக் கொண்டே அக்காவிற்காகக் காத்திருப்பேன்.

இந்த விஷயத்தை அப்படி விடமுடியாது! உனக்கு மானமில்லையா? நீ புகார் செய்ய வேண்டும். எனக்குப் பயமாயிருந்தது. புகார்

கொடுக்கணுமா? நானா? ஏதாவது பிரச்னை வந்தால் என்ன செய்வது? சந்திரிகா அக்கா சட்டங்களைப் பற்றி எடுத்துச் சொன்னாள். அட்மிஷன் கமிட்டி சட்டத்தை மீறியிருக்கிறது. உனக்கு நீதி கிடைக்க வேண்டாமா? நீதி கிடைக்கணும் என்று யார்தான் விரும்ப மாட்டார்கள். ஆனால் புகார் செய்ய எல்லோரையும் போல் எனக்கும் சங்கடமாயிருந்தது. அக்கா கோபத்துடன் என்னைத் திட்டியபடியே சென்றுவிட்டார். பிறகும் வந்தார். அட்மிஷன் கமிட்டி எனக்குக் கடுமையான அநீதி இழைத்திருக்கிறது என்ற உண்மையை நான் உணரும்வரை என்னிடம் பேசிக் கொண்டிருயிருந்தார். உண்மை உணர்ந்த நான் மிகுந்த வேதனையடைந்தேன். அவர்கள் எதற்கு என்னைக் கூட்டத்திலிருந்து வெளியேற்றினார்கள்! மெரிட் லிஸ்ட் என்பது ஒரு கூட்டம். அதிக மதிப்பெண் பெற்று தேர்ச்சி பெற்றோரின் கூட்டத்தில் முதலிடத்தில் இருக்க வேண்டிய என்னை ஏன் விலக்கினார்கள்?

மார்க் மட்டுமின்றி வேறு சிலவற்றையும் பார்த்துத்தான் சேர்த்துக் கொள்கிறார்கள்.

வேறு என்ன?

உன்னுடைய குலம், நிறம், மதம், உடை, மொழி, புகார் கொடுத்துவிடவே தீர்மானித்துவிட்டேன். எவ்வளவு பயமாயிருந்தாலும் புகார் கொடுத்தே தீரணும். எங்கள் காலனிக்கும் இந்தக் கல்லூரிக்குமான தூரத்தைக் கடந்து நான் புகார் கொடுக்கத் தீர்மானித்து, உனக்கு மானமில்லையா என்று அக்கா என்னை ஆயிரம் முறை சொல்லி உசுப்பியதால்தான் புகார் எழுதவும் உதவவில்லை. நீயே எழுதிக்கொண்டு போய்க் கொடு என்றார்.

அப்படி நான் எழுதியதைப் படித்தபோது, இவளுக்கு இப்படி ஒரு புகார் உண்டானது ஆச்சரியமாயிருக்கே என்பதாகக் கமிட்டி உறுப்பினர்கள் என்னைப் பார்த்தார்கள். எனக்குள் நடுக்கமாக உணர்ந்தேன். நான் இப்படி ஒரு புகாரை எழுதக்கூடாதென்று ஒருவர் சொன்னார். எப்படி உனக்குத் தைரியம் வந்தது? இதற்குப் பிறகும் நீ இங்கேதானே படிக்கணும்.

நாங்களெல்லோரும்தானே உனக்குப் பாடமெடுக்கணும். இப்படிச் செய்ய யார் உனக்குச் சொல்லித் தந்தார்கள்?

எனக்குத் தவறுதலாக இந்த எண்ணம் ஏற்பட்டதெனவும் பரவாயில்லையென்றும் தங்களைத் தாங்களே சமாதானப்படுத்திக் கொள்வதாக நடித்தார்கள். அவர்கள் அமைதியடையவில்லையென்பதை நான் உணர்ந்தேன். மெரிட்டிற்கும் ரிஸர்வேஷனுக்கும் வித்தியாசம் என்ன? உனக்கு அட்மிஷன் கிடைத்தால் போதாதா?

போதாது என்று எனக்குத் தோன்றியது. எனவே நான் ஒன்றும் பேசாமல் அசையாமல் நின்றுகொண்டிருந்தேன். S.S.L.C. தேர்வில் இவ்வளவு அதிக மதிப்பெண் எடுத்த ஒருத்தி எவ்வளவு கர்வத்துடன் நிற்பாளோ அப்படி நான் நிற்கவில்லை. அது எப்படி என்னால் முடியும்?

உன் நிறம், குலம், ஜாதி, மதம், உடை, மொழி...

நானோ மிகவும் கறுப்பான ஒரு சின்னபெண், கூரான முகம், மிகவும் மெல்லிசான கைகால்கள், யாரைப் பார்த்தாலும் பயந்து நடுங்கும் கண்கள், கமறிய எண்ணெயின் வாடை, அடிபாகம் வெடித்துப் பிரிந்த அடர்த்தியில்லாத குச்சி போன்ற மயிர்க்கற்றைகள். இரண்டு கைகளாலும் சேர்த்துப் பிடித்துக் கொண்டிருக்கும் ஏதாவது ஒரு புத்தகம் எப்போதும் என் உடம்பின் ஒரு பாகமாயிருக்கும். நெஞ்சைவிட்டுக் கையையெடுத்தால் நான் பயந்து நடுங்கிவிடுவேன். என் உதடும் கைகளும் எப்போதும் பச்சைத் தண்ணீராய்க் குருக்கைகளிலெல்லாம் ஆட்கள் இருந்தாலும் தொடுவானம் வரை நீண்டதாகத் தோன்றும். இந்தப் பெரிய அறையில் நான் மட்டுமே தனியாக நிற்பதாக ஒரு பயம் உண்டாகிறது.

மெரிட்டில் உனக்கு இரண்டாம் இடம்தான் உள்ளது. ரிஸர்வேஷனில் ஒன்றாம் இடத்தில் இருக்கிறாய். இதில் நல்லது எது?

ஒரு பெண்ணை ஏமாற்றும்போது பார்க்கும் திருட்டுப் பார்வை பார்த்துக்கொண்டே என்னிடம் மனுவைத் திருப்பித் தந்தனர். நான் பதில்

சொல்லும் முன்பே என்னையும் தங்களின் சம்பாஷணையில் இணைத்துக் கொண்ட பாவனையில் முணுமுணுத்துக் கொண்டனர். இவளை ரிஸர்வேஷனுக்கு மாற்றிவிட்டால் நம் குழந்தை ஒருத்தி மெரிட்டிற்கு வரமுடியும். அவளை மாற்றி இவளைப் போட்டால் நம் குழந்தை எப்படி வரமுடியும்?

எல்லாம் சரியாகிவிட்டது என்பதாக என்னைப் பார்த்து லேசாகச் சிரித்தனர். என் புகாரை மேஜையின் ஒரு ஓரத்திற்கு ஒதுக்கி வைத்துவிட்டு வேலைப் பளுவுள்ள அவர்கள் என்னை மறந்து தங்கள் வேலைகளில் மூழ்கினர். நின்ற இடத்திலிருந்து அசைய எனக்குப் பயமாயிருந்தது. தூசியாலும் வேர்வையாலும் உருவான என் காலடித்தடங்கள் அவர்கள் பார்வையில் படுமே. கைநீட்டி என் புகார் மனுவைத் திரும்பி எடுத்துக் கொள்ளும்போது என்னை யாரும் கவனிக்கவில்லை என்பதை உறுதிப்படுத்திக் கொண்டேன்.

இப்போது என் மனதை நடுக்கிக் கொண்டிருந்தது சந்திரிகா அக்காதான். என் முன்னால் நிக்காதே போயிடு. உன் நீலிக் கண்ணீர் ஒன்றும் நான் பார்க்க விரும்பல. எதைச் சொல்லணுமோ அதைச் சொல்ல வேண்டியவர்களின் முகத்தைப் பார்த்துச் சொல்லிடணும். அதற்கான தைரியம் எனக்கோ சகோதரனுக்கோ இல்லை. என் அப்பாவிற்கும், அம்மாவிற்கும், அவர்களின் மூதாதையர்க்கும் உண்டானதில்லை.

மேல் படிக்கட்டில் நின்றிருந்த பேராசிரியர் தேவனின் கண்கள் அவளைப் பின்தொடர்ந்து சென்றன. ஒவ்வொரு படிக்கட்டிலும் தூசியாலும் வேர்வையாலும் உருவாகிச் செல்லும் ஒற்றைக் காலடிச்சுவடுகள் சரித்திர அடையாளங்களாகும். குனிந்த முகத்துடன் இறங்கிப்போகும் அந்தப் பெண் சரித்திரத்தின் தொடர்ச்சியாவாள். எழுதப்படாத ஆனால் தொடர்ந்து நடைபெற்றுவரும் சரித்திரச் சம்பவங்களாக இவை இன்னும் நீள்கிறது. இப்போது இந்தப் பெண்ணுக்கு உதவ வேண்டியது ஒரு சரித்திரப் பேராசிரியன் என்ற முறையில் என்

கடமையாகும். இப்படிச் சிந்திக்கும்போது பேராசிரியர் தேவனின் வலது கை விரல்கள் எப்போதும்போல் துடிக்க ஆரம்பித்தது. இப்படியான சில சரித்திரச் சம்பவங்களைக் கண்ணுறும்போது அவர் இவ்விதம் பாதிக்கப்படுகிறார். அவரின் மனதிற்கும் உடம்பிற்குமான இந்தப் போராட்டத்தை அவரால் தடுக்க முடிவதில்லை.

துடிக்கும் முன் கைநீட்டி அந்தப் படிகளில் இறங்கும் பெண்ணை அழைக்க ஆசைப்பட்டார். அவள் அடுத்தபடி இறங்குகிறாள். இல்லையென்றால் வேகமாகக் கீழே இறங்கிச்சென்று பேசலாம். என்னால் ஏதாவது உதவ முடியுமானால் செய்கிறேன் என்று ஆசுவாசப்படுத்தலாம். அவள் மேலும் ஒரு படி இறங்குகிறாள். படியேறி வரும் வாட்ச்மேன் பாலன் நாயரிடம் அவளை அழைக்குமாறு சொல்லலாம். படிகளையெல்லாம் தாண்டி அவள் வராந்தாவைக் கடந்து சென்று மறைந்துவிட்டாள். அவளுடைய ஈரமான காலடையாளங்கள் மட்டும் அப்படியே இருக்கிறது. இப்போது வலதுகை முழுவதும் துடிக்க ஒன்றுமே செய்வதறியாமல், மேஜையின்மீது திறந்து வைத்திருந்த சரித்திரப் புத்தகத்தின்மீது அவரின் தலை ஒடந்து விழுகிறது. வேடங்களுக்குள்ளே அவருக்கு வேர்க்கிறது. ஷூவிலிருந்து காலை வெளியே எடுக்கிறார். கண்ணாடியைக் கழற்றிக் கண்களைத் துடைத்துக் கொள்கிறார். சுக்குத் தண்ணீருக்காகத் தவிக்கிறது தொண்டை.

மகள் நமிதாவின் வார்த்தைகள் அவரை விழுங்குகிறது. தேவைக்கும் தேவையற்றதற்குமான டாடியின் இந்த பயம் காரணமாக எதிலிருந்தும் தப்பித்து விட முடியாது. மரபுவழிகளின் வழியாக என்னையும் பிடித்துக் கொண்டது இது. பஸ்ஸில் ஷாப்பிங் காம்ப்ளக்ஸில், கல்யாண வீட்டில், ஆபிஸில், ஆஸ்பத்திரியில், கோவிலில் என்று எல்லா இடத்திலும் அவர் பேச்சற்றவராக, குழப்பமானவராக, தன்னுள்ளே ஒடுங்கியவராக இருப்பதற்குக் காரணமாயிருப்பது இந்த பயம்தான் என்பதை நமிதா கண்டு பிடித்திருந்தாள். அவள் தன்னுடைய சின்னதும் பெரியதுமான எல்லா பயங்களுக்கும் - இருட்டு, திருடன், போலீஸ், பாம்பு, சைத்தான், அம்மா,

கடவுள் - காரணம் அவர்தான் என்று எண்ணுகிறாள். சரித்திரத்தில் குட்டக் குட்டக் குனிந்து வாய்பொத்தி நிற்கும் மூதாதையர்களிடமிருந்து பயமெனும் இயலாமை வழிவழியாய் தனக்குள்ளுமிருப்பதாய் எண்ணினாள். அட்மிஷன் கமிட்டியின் முன்சென்று அவளுக்காக வாதாடச் சொல்வதாய் அந்தக் காலடித்தடங்கள் தன்னிடம் இன்றைஞ்சுவதாய் உணர்ந்தார். எனினும் ஏதும் செய்ய இயலாதவராய் மேஜை மீது தலைகவிழ்ந்து கண்களை மூடிக்கொண்டார்.

நீண்ட நேர யோசனைக்குப் பின் எழுந்த அவர், முகம் கழுவி கண்ணாடி அணிந்து, அட்மிஷன் கமிட்டியின் முன்பாக நடந்து சென்று கடிதங்கள் கோர்த்து வைக்கும் சட்டத்தில் வரலாற்றுப் பாதையில் ஏதேனும் கடிதங்கள் வந்துள்ளதா என்று பார்ப்பதான பாவனையில் நின்றார். அந்தப் பெண்ணின் - அவள் என் நமிதாதான் - பெயர் ஏன் மெரிட் லிஸ்டில் காணவில்லை அல்லது உட்படுத்தவில்லை? அவருள் எழுந்த கேள்விகளை எப்படிக் கேட்பது? வராத கடிதத்தைத் துழாவிக் கொண்டு அவர் பதுங்கியபடி நின்றிருந்தார்.

தன் கல்யாணப் போட்டோவைப் பார்க்கும்போது தனக்கேற்படும் அதே தளர்ச்சியைத்தான் இப்போதும் அவர் அனுபவித்தார். கறுப்பான அப்பா, கறுப்பான அம்மா, கறுப்பான சகோதர சகோதரிகள், அவர்களின் பிள்ளைகள் இவர்களுக்கிடையில் தன்னுடைய கறுப்பான கையைப் பிடித்துக்கொண்டு நிற்கும் சிவந்த நிறமுடைய ரேணுகாவுடனான திருமணப் புகைப்படம். தன் பரம்பரைகளின் இயலாமை முழுவதும் அதில் பிரதிபலித்தது. தன்னைச் சூழ்ந்து கொல்லும் அந்த இயலாமையை மறைக்க எண்ணி அவர் அந்தப் படத்தை யார் கண்ணிலும் படாமல் மறைத்து வைத்திருந்தார். ஞாபகக் குகையிலிருந்து மேலெழும்பி அந்தப் படம் தன்னை அச்சுறுத்துகிறது.

எனவே எல்லாம் சர்வசாதரணம் என்றெண்ணும்படியான சிரிப்பை உதிர்த்துக்கொண்டே, அவர் அந்த அட்மிஷன் கமிட்டியைக் கடந்து

சென்றார். சிறிதுநேரம் முன்பு இங்கு புகார் நீட்டிய அந்தப் பெண் சரித்திரத்தில் திருத்தப்பட வேண்டிய ஒரு சந்தர்ப்பத்தை உருவாக்கினாள் என்பதாக மட்டும் எண்ணி ஆசுவாசப்படுத்திக் கொள்ளாம். பாதி திறந்த கதவு வழியே வராந்தாவில் தெரிந்த காலடிச்சுவடுகள் அவரை மிகவும் அச்சுறுத்தியது. நாளை நிச்சயமாக நான் பல கேள்விகளைக் கேட்க வேண்டியுள்ளது. எந்தக் கல்யாணப் போட்டோவும் என்னைத் தடுக்காது.

தேவன் சார் புறப்பட்டாச்சா? என்ற இதயப்பூர்வமான கேள்வி பாலன் நாயரிடமிருந்து வந்தது. ஆனால் இதில் ஒன்றுமே ரேணுகாவிற்கு நம்பிக்கை ஏற்பட்டதில்லை. தேவன் சார் தேவன் சார் என்று வேண்டுமென்றே அப்படிக் கூப்பிடுகிறார். நேற்று வேலைக்கு வந்த பையன்களையெல்லாம் புரொபஸர் என்றழைக்கிறாரே? உங்கள் பெயரின் ஸ்பெல்லிங்கை மாற்றும்படி எத்தனைமுறை சொல்கிறேன். கேட்கிறீர்களா. ஒரு எழுத்தின் பிரச்சனைதானே இது? ப என்பது ஃ என்று மாற்றினால் எல்லா வெட்கக்கேடும் போய்விடுமல்லவா?

புரொபஸர் வேர்வையில் குளித்தார். வேர்வையில் நெடி மரபுகளின் வழி தொடர்கிறது. உழுதுபோட்ட வயல்வெளியின் சேற்றுவாடை நமிதாவின் மேலும்...

ஒரு நாளுக்கான வேலை - சக்கரியா

தமிழில் : கே.வி.ஜெயஸ்ரீ

செல்வி ஆனி வர்க்கி

ஹோம் நர்ஸ்,

மைலாடும்குன்று வீடு,

பி.ஓ.குருவாயூர்

அன்பான ஆனி,

என் விளம்பரம் சம்பந்தமாகத் தாங்கள் அனுப்பிய விசாரணைக் கடிதத்திற்கு நன்றி. வேலையைப் பொறுத்து கீழ்க்காணும் விபரங்களை நல்குவதில் மகிழ்ச்சியடைகிறேன்.

1. எர்ணாகுளத்தில் வைற்றிலையில் ‘ஹெவன்ஸ் கிப்ட்’ அபார்மெண்டின் 702 ஆம் நம்பர், பிளாட்டில்தான் நாங்கள் (இப்போது எங்களுடைய அம்மா மட்டும்) வசிக்கிறோம். நானும், என் மனைவியும் பத்து வருடமாக டெஹ்ரானில் வசிக்கிறோம். எங்களுக்கு இரண்டு குழந்தைகள். நிஷா ஒன்பது வயது. நிக்கி ஆறு வயது. என் மனைவியின் பெயரும் ஆனிதான்.

2. நாங்கள் இரண்டு வருடங்களுக்கு ஒருமுறை மட்டுமே சொந்த நாட்டிற்கு வருவோம். இந்த முறை ஆகஸ்ட் 15 முதல் செப்டம்பர் 14 வரைதான் எங்களுக்கு விடுமுறை உள்ளது. திரும்பிப் போதவற்குள் அம்மாவிற்கு ஒரு ஹோம் நர்ஸை ஏற்பாடு செய்யவேண்டுமென்பது எங்களின் விருப்பம்.

3. பிளாட்டின் சௌகரியங்கள் : நான்கு படுக்கையறைகளும் எல்லாவித நவீன வசதிகளும் கொண்ட பிளாட் இது. ஒவ்வொரு படுக்கையறையிலும் டி.வி. செட் இருப்பதோடு அம்மாவுக்காகத் தனியாக டிஜிடல் ஹோம் தியேட்டரும் உள்ளது. அம்மாவின் அறை குளிர்சாதன வசதி செய்யப்பட்டுள்ளது.

ஏஸ். காண்டஸா காரும் டிவரைவரும் உண்டு. சமையல் செய்ய ஒரு குக்கும் (அம்மு அம்மாள்) மற்ற வீட்டுத் தேவைகளுக்கு இரண்டு வேலைக்காரர்களும் இருக்கிறார்கள் (தங்கம்மா, மணியன்) அம்மாவிற்கு உதவுவற்கு ஒரு பெண் இருக்கிறாள் (சோசம்மா) அம்மாவின் அறைக்கு அடுத்திருக்கும் படுக்கையறை ஹோம் நர்ஸுக்கானது.

4. ஹோம் நர்ஸின் சம்பளமும் சலுகைகளும் : சம்பளம் பிரதி மாதம் ரூ. 3000/- உணவும் தங்குமிடமும் இலவசம். வருடத்திற்கு ஒருமுறை இரண்டு வார விடுமுறை. ஆனால் பதிலுக்கு ஒரு நர்ஸை எங்களுடைய அனுமதியுடன் நியமித்த பிறகுதான் விடுப்பில் போக முடியும். வேலை நேரம் ஒவ்வொரு நாளும் 24 மணி நேரமும். ஆனால் சோசம்மாவிடம் முன்கூட்டியே சொல்லிவிட்டு ஞாயிற்றுக்கிழமை ஆறுமணி நேரமும், வேறு ஏதாவது ஒருநாள் மூன்று மணி நேரமும் வெளியே போகலாம். ஹோம் நர்ஸிற்குப் பார்வையாளர்கள் அனுமதி கிடையாது. டெலிபோன் வசதி அம்மாவின் தேவைகளுக்கு மட்டுமேயானது. கார் வீட்டுத் தேவைகளுக்கு மட்டுமே பயன்படுத்தப்பட வேண்டும்.

5. அம்மாவின் பெயர் : எலிசபெத் கோரா பிலிப். ஏலிக்குட்டி என்றும் அழைப்பார்கள். அம்மம்மா என்றோ அம்மாச்சி என்றோ ஹோம் நர்ஸ் அழைக்கலாம்.

6. அம்மாவின் வயது 86, உயரம் 5.4, எடை 47 கிலோ கிராம்.

7. ஆரோக்கிய நிலை : நடக்க முடியாவிட்டாலும் கேள்வித் திறனிலோ, பார்வைத் திறனிலோ குறையொன்றும் இல்லை. குறிப்பிடும்படியான வியாதியொன்றுமில்லை. வியாதி ஒன்றும் வராமல் கவனிக்க வேண்டியதுதான் ஹோம் நர்ஸின் தலையாய பொறுப்புகளில் ஒன்று.

8. ஞாபகம் : பல நேரங்களில் குறைவு.

9. அம்மாவுக்கும் எனக்குமான உறவுநிலை : அம்மாவின் ஆறு குழந்தைகளில் கடைக்குட்டி நான். என்னுடைய ஒரு சகோதரி திருமணம் முடித்து அமெரிக்காவில் ப்ளோரிடாவில் வாழ்கிறாள். இன்னொரு சகோதரி கன்னியாஸ்திரியும், இமாலயத்தின் தேஹ்ரி கத்வார் பிரதேசத்தில் ஒரு பள்ளிக்கூடத்தின் தலைமையாசிரியையுமாக இருக்கிறாள். எல்லோருக்கும் பெரிய அண்ணன் எகிப்தில் அலெக்ஸாந்திரியாவில் என்ஜீனியர், இரண்டாவது அண்ணன் ஆப்ரிக்காவில் எரிட்ரியாவில் ஊழியம் செய்யும் பாதிரியார். மூன்றாமவர் சுவிட்சர்லாந்தின் சூரிக்கில் பல்கலைக்கழக நூலகத்தில் உயர் பதிவியில் இருக்கிறார். எங்கள் தந்தையார் இறிந்து 11 வருடங்களாகிறது. எனக்கு அம்மாவிடமும் அம்மாவிற்கு என்னிடம் அளவற்ற நேசமுண்டு. கடைக்குட்டியான என்னை அம்மா மிகவும் செல்லமாக வளர்த்தாள். எங்களின் மதிப்பிட முடியாத சொத்தாவாள் அவள். எல்லாருக்குமாக நான்தான் அம்மாவைக் கவனித்துக் கொள்ளும் பொறுப்பை ஏற்றுக்கொண்டு இருக்கிறேன். என் மனைவியும் குழந்தைகளும் பூரண ஒத்துழைப்பு நல்குகின்றனர்.

10. இனி, அம்மாவைப் பராமரிக்கும் முறை பற்றிச் சில விளக்கங்கள் :

காலை 9 மணி : அம்மாவைச் சன்னமான குரலில் அழைத்து எழுப்ப வேண்டும். உலுக்கி எழுப்பக்கூடாது. அதற்குப் பதில் உள்ளங்கையிலோ, நெற்றியிலோ மிருதுவாகத் தடவிக் கொடுக்க வேண்டும். விழித்தபிறகு அம்மா நர்சைப் புரிந்து கொள்ளும்போது புன்னகையுடன் எதிர்கொள்ள

வேண்டும். புரிந்துகொள்ளத் தாமதித்தால் புன்னகையுடனேயே சுய அறிமுகம் செய்துகொள்ள வேண்டும். அதன் பிறகு கட்டிலில் தலை பாகத்தை சோசம்மாவின் உதவியுடன் உயர்த்தி அம்மாவைத் தலையணையில் சாய்த்து உட்கார வைக்க வேண்டும். இடுப்புக்கு மேல் உள்ள பாகத்தை மெதுவாக முன்னால் கொண்டுவந்து தோளையும் முதுகையும் மிருதுவாகம் தடவிவிட வேண்டும். அதற்குள் சோசாம்மா கம்மோடு கொண்டு வந்திருப்பாள். நர்ஸ் தனியாகவோ சோசாம்மாவினுடைய உதவியுடனோ அம்மாவை எடுத்துக் கம்மோடில் உட்கார வைக்க வேண்டும். இந்தச் சந்தர்ப்பங்களில் நர்ஸ் புன்னகை புரிந்து கொண்டே இருக்க வேண்டும் என்பதை மறக்கக்கூடாது. விழித்தவுடன் அம்மாவிற்குச் சினேகபூர்வமான ஒரு ஸ்பரிசம் கிடைக்க வேண்டியது அம்மாவின் தளர்ந்த மனதும் உடலும் புத்துணர்வு பெற அவசியமானது. அம்மா கம்மோடில் இருக்கும்போது நர்ஸ் அம்மாவின் இரண்டு கையையும் தன் கையில் எடுத்து மிருதுவாகத் தடவவோ முதுகில் ஒரு கை வைத்துத் தாங்கிக் கொண்டிருக்கவோ செய்யலாம்.

9.20 : அம்மாவைத் துடைக்கவேண்டும். இதைச் செய்யும்போது அம்மாவோடு பேசிக்கொண்டேயிருக்க மறக்கக்கூடாது. பேசுவதற்கு உகந்த சில விஷயங்கள் : நர்ஸின் வாழ்க்கையில் சில நல்ல அனுபவங்கள்; சகோதர, சகோதரிகளுடன் என்றால் அவர்களைப் பற்றிய விஷயங்கள்; முதல் நாள் வாசித்த பத்திரிகையின் சந்தோஷமான செய்திகள். மனதிற்கு ஆனந்தம் தரும் கிறிஸ்துவ ஆன்மீகக் கதைகள் ஏதாவது தெரியுமென்றால் அவை; பிள்ளைகளான எங்களைப் பற்றியும் எங்களுடைய குழந்தைகளைப் பற்றியுமான அன்பான உரைகள்.

9.35: அம்மாவின் முகத்தை, அதற்காகப் பிரத்யேகமாக வைக்கப்பட்டுள்ள துவாலையால் மெதுவாக ஒற்றி எடுத்து பவுடர் போட வேண்டும். கழுத்து, கக்கங்கள், முலைகளுக்கடியில், முதுகு, பிருஷ்டம், அந்தரங்கப் பாகங்கள், கால் பாதங்கள் என்றெல்லா இடங்களிலும் பவுடர் போட வேண்டும். இந்நேரத்தில் நர்ஸ் ஹம்மிங் செய்வதோ சின்னக் குரலில் வாய்திறந்து பாடுவதோ செய்யலாம். பாரம்பரியமிக்க ஆன்மீக

கீதங்களாயின் மிகவும் நல்லது. இது ஏதும் தெரியாதென்றால் நர்ஸிற்கு விருப்பமான, ஆனால் இனிமையான ஏதாவது பாடல்கள் பாடலாம். துவைத்தெடுத்து வைத்திருக்கும் கவுனை அம்மாவிற்கு அணிவிக்க வேண்டும்.

9.45: அம்மாவைச் சக்கர நாற்காலிக்கு மாற்றவேண்டும். சோசம்மா கம்மோடு உருட்டி நகர்த்தி அதன் பக்கெட்டை காலி பண்ணிக் கழுவிச் சுத்தமாக்கி திரும்ப வைக்க வேண்டும். அவிழ்த்தெடுத்த கவுனையும், நனைத்த துண்டுகளையும் லாண்டரிக் கூடையில் போட வேண்டும். நர்ஸ் சக்கர நாற்காலியை அம்மாவின் மேசைக்குப் பக்கத்தில் தள்ளிக்கொண்டு போக வேண்டும்.

9.48: அம்மா மேசைக்கருகில். அம்மா நாற்பது வருடங்கள் ஆசிரியையாயிருந்ததால் இந்த வாசிப்பு மேசைக்கு அருகில் வந்தமர்வது அவர்களுக்குப் பிரதானமானது. மேசைமீது வேதப் புத்தகம், நிகண்டு, அம்மாவின் டைரி, இங்க் பாட்டில், பேனா, பூதக்கண்ணாடி, அம்மாவின் திருமணத்தின்போது கிடைத்த சிலுவை உருவம் என்றிவை கட்டாயமாக இருக்கவேண்டும்.

மட்டுமின்றி பிள்ளைகளான எங்களை உயர்படிப்பு படிக்க வைப்பதற்காக அம்மா டியுஷன் எடுத்த வருடங்களில் உபயோகித்திருந்த மெலிதான பிரம்பு, மேசையின் மீது அம்மாவின் இடதுபுறமாக இருக்க வேண்டும். இந்த மேசையின்முன் அமர்ந்துதான் அம்மா உணவு உட்கொள்வார்கள். நாப்கின்கள் விரித்து அதன்மீது மேலே சொன்ன பொருட்கள் வைக்கப்பட்டிக்க வேண்டும்.

9.49: சாப்பிடும் நேரம். கட்ட வேண்டிய துவாலையை அம்மாவின் கழுத்தருகில் கட்டவேண்டும். பல்செட்டை எடுத்து சுத்தமான நீரில் கழுவி வாயில் திரும்பவும் பொருத்திவிட வேண்டும். அம்மாவின் இடது கையை Finger Bowl உபயோகித்துக் கழுவிவிட வேண்டும். அம்மா இடது கைப்பழக்கம் உள்ளவர். அவர் தன் கையாலேயே உணவு எடுத்துச் சாப்பிட முடியுமென்றால் அதற்கு அனுமதிக்கலாம். இல்லையென்றால் நர்ஸ் கொஞ்சம் கொஞ்சமாக ஊட்டி விட வேண்டும். மென்று

விழுங்கிவிட்டார்கள் என்பதை தெரிந்துக்கொண்ட பிறகுதான் அடுத்த ஸ்பூன் ஊட்ட வேண்டும். முக்கியமான உணவு வகைகள் : ஓட்ஸ் கஞ்சி நன்றாக வேகவைத்துக் குழைத்தது; நன்றாகப் பழுத்த பப்பாளிப் பழத்தின் நான்கில் ஒரு பாகம் அரிந்தது. மூன்று ஆரஞ்சுகளின் அரிந்தெடுத்தக் கப்பட்ட சாறில் மலம் இளகுவதற்காக இஸபகோல் பொடி ஒரு ஸ்பூன் மட்டும் போட்டுக் கலந்தது. ஓட்ஸ் கஞ்சியில் கொஞ்சம் வெண்ணெயும் மேப்பிள் சிரப்பும் கொஞ்சம் கல்உப்பு கலந்த தண்ணீரும் சேரக்கலாம். இவற்றை அம்மு அம்மாள் சரியாகத் தயாரிக்கிறார்களா என்பதை உறுதிபடுத்திக்கொள்ள வேண்டும். அம்மா சுயமாகவே உணவு உட்கொள்வதானால் அந்த நேரத்தில் நர்ஸ் வேதப்புத்தகத்திலிருந்து உசிதம் என்று தோன்றும் பாகங்களை வாசித்துக் காண்பிக்க வேண்டும். உணவை ஊட்டிவிடுவதானால் நர்ஸ் புன்னகையுடன் அம்மாவிடம் தான் கல்வி பயின்ற காலத்திய சந்தோஷ அனுபவங்களைப் பற்றிப் பேசலாம். அம்மா புன்முறுவல் பூக்கிறார்களா என்பதைக் கவனிக்க வேண்டும். புன்முறுவல் பூப்பதாகத் தெரிந்தால் அம்மாவின் கண்களைப் பார்த்துக்கொண்டே வாத்சல்யத்துடன் கன்னத்தில் தடவிக் கொடுக்க வேண்டும்.

10.20: அம்மாவின் துணிகளும் படுக்கை விரிப்புகளும் மற்றவையும் சோசம்மா வாஷிங் மிஷினில் போட்டு மிஷின் ஸ்டார்ட் செய்கிறார்களா என்பதை உறுதிப்படுத்த வேண்டும்.

11.10: வாஷிங் மிஷினிலுள்ள துணிகளை வெளியே எடுத்துக் கொடியில் காயப்போட வேண்டும் - இதைச் சோசம்ம॥ செய்வார்கள்.

12.30: அம்மாவை கம்மோடில் உட்கார வைக்க வேண்டும். அதில் உட்கார்ந்திருக்கும் போது செய்ய வேண்டியவற்றை முன்பே சொல்லியிருக்கிறேன்.

12.40: அம்மாவைச் சக்கர நாற்காலிக்கு மாற்றி நாற்காலியை பால்கனிக்குக் கொண்டு போகவேண்டும். அம்மாவின் மூக்குக் கண்ணாடியை நன்றாகத் துடைத்துவிட்டு முகத்தில் பொருத்த வேண்டும். பால்கனியிலிருந்து பாரக்கும்போது தெரியும் நகர பாகங்களைப் பற்றி இந்த

நேரத்தில் அம்மாவோடு பேசலாம். அங்கேயிருந்து பார்த்தால் மலையாற்றூர் தேவாலயம் பார்க்கலாம், என்று எப்போதாவது சொல்லலாம். மலயாற்றூர் மலை ஏற வேண்டும் என்பது அம்மாவின் நீண்ட நாள் ஆசை. இந்நேத்தில் கல்உப்பு கலக்கிய ஒரு ஸ்பூன் தண்ணீரை மாதூளம் பழச்சாற்றில் கலந்து, அதை அம்மாவுக்கு ஸ்பூன் கொண்டு ஊட்டி விடலாம்.

13.30: அம்மாவை மத்தியான உறக்கத்திற்காகக் கட்டிலில் படுக்க வைக்க வேண்டும். மத்தியானத் தூக்கம் என்று அம்மாவின் காதில் சொல்ல வேண்டும்.

15.00: அம்மு அம்மாள் அம்மாவின் இரவு உணவைத் தயாரிக்க தொடங்கிவிட்டார்களா என்பதை உறுதி செய்துகொள்ள வேண்டும். இரவு உணவின் வகைகள்: குழையக் குழைய வேகவைத்த கோதுமைக் கஞ்சி, சிறிதளவு பால், சர்க்கரை சேர்த்து; தெளிந்த கோழியிறைச்சி சூப்; ஒரு சிறு பழம் (முடியுமானால் பூவம் பழம் மட்டும்) மெல்லிய வட்டங்களாக அரிந்து அதில் கல்லுப்பு கரைத்துத் தண்ணீர் தெளித்தது.

16.00: அம்மாவைத் தூக்கத்திலிருந்து எழுப்ப வேண்டும். இந்நேரத்தில் காலையில் எழுப்பும்போது செய்ய வேண்டியது என குறிப்பிட்ட காரியங்களை மீண்டும் செய்யவேண்டும். மீண்டும் கம்மோடில். பிறகு சக்கர நாற்காலியில் உட்கார்த்தி மேசைக்கருகில்.

16.20: மேல்துண்டைக் கட்டவும், இடது கையைக் கழுவவும், பல்செட்டைக் கழுவி வாயில் பொருத்தவும் வேண்டும். இரவு உணவு அளிக்க வேண்டும்.

16.50: உணவு உண்ண அம்மாவைச் சூரிய அஸ்தமனம் பார்ப்பதற்கு சௌகரியமுள்ள மேற்குப் பக்க பால்கனிக்குத் தள்ளிச் செல்லவும். சக்கர நாற்காலியின் சக்கரங்களைப் பூட்டிவிட்டு அம்மா முன்பக்கமாக சாய்ந்துவிடமாலிருப்பதற்கான கம்பியை அதனிடத்தில் பொருத்திவிட்டு அவர்களைத் தனிமையில் விடவும். அஸ்தமனம் பார்த்துக்கொண்டே சிறிது தனிமையை அனுபவிக்க அனுமதிக்கவும்.

தொகுப்பு : கே.வி.ஷைலஜா

18.15: காய்ந்த துணிகளை சோசம்மா மடக்கி வைத்தாயிற்றா என்பதை உறுதிப்படுத்திக் கொள்ளவும். அம்மாவை மீண்டும் உட்கார வைக்க வேண்டும். திரும்பவும் சக்கர நாற்காலிக்கு.

18.30: அம்மாவின் சக்கர நாற்காலி டிஜிடல் ஹோம் தியேட்டர் ஸ்கிரினுக்கு முன்னர். அம்மாவின் மூக்குக் கண்ணாடியை நன்றாகத் துடைத்துவிட்டுப் பொருத்தவும். ஹியரிங் எய்டை காதில் பொருத்தவும். இதன்பிறகு அம்மாவிற்காகப் படம் போடலாம். இது நர்ஸூம் பார்க்க விருப்பமுள்ள படமாகலாம்.

19.30: படத்தை நிறுத்த வேண்டும். ஹியரிங் எய்டையும் மூக்குக் கண்ணாடியையும் மாற்றிவிடவும். அம்மாவை கம்மோட்டில் உட்கார வைக்க வேண்டும். அந்நேரத்தில் நர்ஸ் அம்மாவோடு பேச வேண்டும். வெறுப்பு உண்டாகாத விதத்திலும் ஆவலைத் தூண்டும்படியாகவும் விஷயங்களைத் தேர்ந்தெடுக்கலாம். மறுநாள் பார்க்கப்போகும் திரைப்படத்தைப் பற்றிப் பேசலாம். இல்லையென்றால் கடைகளில் வந்திருக்கும் மனிதனுக்குத் தேவையான ஏதாவது பொருட்களைப் பற்றிப் பேசலாம். (குறிப்பு : நிறுத்தி வைத்திருக்கும் திரைப்படத்தின் மீதி பாகத்தை அம்மா படுத்த பிறகு நர்ஸ் சன்னமான ஒலியில் பார்க்கலாம்)

19.40: அம்மாவின் சக்கர நாற்காலி கட்டிலுக்கருகில். அம்மா பிரார்த்தனை செய்யும்போது, நர்ஸூம் பிரார்த்திக்க வேண்டும். இந்த நேரத்தில் நர்ஸ், மண்டியிடுவதோ, அம்மாவின் அருகில் நாற்காலியில் அமருவதோ என, தன் விருப்பம்போல் செய்து கொள்ளலாம். நாங்கள் சிரியன் ரோமன் கத்தோலிக்கர் என்பதால் ஐம்பத்து மூன்று மணி ஜபம்தான், இரவுப் பிரார்த்தனைக்கு. நர்சும் இதே பிரிவைச் சார்ந்தவரெனில் பிரார்த்தனையைத் தாங்களே உரக்கச் சொல்லலாம். இல்லையென்றால் சோசம்மாவும், தங்கம்மாவும் பிரார்த்தனையைச் சொல்ல வேண்டும். திருத்தியமைக்கப்பட்ட பிரார்த்தனை முறையைவிடப் பழைய பிரார்த்தனை முறைதான் அம்மாவின் விருப்பம். பிரார்த்தனை முடிந்ததும் அம்மாவின் மேஜையில் இருக்கும் சின்னச் சிலுவை உருவத்தை எடுத்துக் கொண்டு வந்து அம்மாவின் உதடுகளில் ஒற்றிவிட்டு திரும்பக்

கொண்டுபோய் வைக்க வேண்டும்.

20.15: அம்மா படுப்பதற்கான ஏற்பாடுகள்: கடைசியாக ஒருமுறை கம்மோடில் உட்கார வைக்க வேண்டும். பல்செட்டை நீக்க வேண்டும். கிளினிங் லிக்யூட் உள்ள பாத்திரத்தில் அவற்றைப் போட்டு வைக்க வேண்டும். ஒரு ஹோர்ப்லாக்ஸ் மாத்திரையின் பாதியை ஒரு டம்ளர் தண்ணீருடன் அம்மாவுக்கு நல்கவும். படுக்கையையும் ரப்பர் ஷீட்டையும் மறுபடியும் பரிசோதிக்க வேண்டும். சுருக்கங்கள் நீக்கவும்.

20.30: அம்மாவைப் படுக்க வைத்துப் போர்வையால் மூடிவிட வேண்டும். அம்மாவின் கண்களைப் பார்த்துக் கொண்டே புன்முறுவல் செய்ய வேண்டும். ''குட்நைட், ஸ்வீட் டிரீம்ஸ்'' என்று சொல்ல வேண்டும். அம்மா புன்முறுவல் கொள்கிறார்களா என்பதைக் கவனிக்க வேண்டும்.

புன்முறுவல் பூத்தாலும் இல்லையென்றாலும் அம்மாவின் நெற்றியிலும் கன்னத்திலும் உதடுகளிலும் என் பிரியமான அம்மச்சீ என்று சொல்லிக் கொண்டே எங்கள் ஆறு பேருக்காகவும் ஒவ்வொரு இனிமையான முத்தம் கொடுக்க வேண்டும்.

இவ்வளவும் செய்தால் நர்ஸின் அன்றைய நாளின் வேலை பூர்த்தியாகும். இந்த நிபந்தனைகளை சுவீகரிக்க முடியுமென்றால் நேர்காணலுக்கு வருவதற்குச் சௌகரியமான ஒரு தேதியைக் குறிப்பிட்டு உடனே பதில் அனுப்புகள்.

நன்றியுடன்

பிரியமான

Cara Philip Jhon

மாயலோகம் - என்.பிரபாகரன்

தமிழில் : கே.வி.ஷைலஜா

காலை அதி கம்பீரமாகப் புலர்ந்திருந்தது. ஒரு கலர் பென்சிலுக்காக மகளும், மகனும் காலையில் அடிதடி சண்டையே போட்டுக் கொள்கிறார்கள். அவன் அவ்வளவு நேரமும் பொறுமையாகத் ானிருந்தான். சண்டை எல்லை மீறிப்போய் வீட்டில் உள்ள பொருட்கள் இடம் மாறினபோதுதான் குழந்தைகளை அவன் அடிக்க நேர்ந்தது.

அந்த நிமிஷத்துக்காய் காத்திருந்த மனைவி இவனை வார்த்தைகளால் காயப்படுத்தத் தொடங்கினாள். பேசிப் பேசி உடல் முழுக்க உஷ்ணம் பரவியபோது அதைத் தணிக்கவோ என்னவோ அவள் சிணுங்கிச் சிணுங்கி அழத் தொடங்கினாள்.

அப்போதுதானா வீட்டுக்காரர் வேறு வாடகை பாக்கிக்காய் படி ஏறிவர வேண்டும்! தொலையட்டும் என்று கடன் வாங்கி வைத்திருந்த ஆயிரத்து எண்ணூறு ரூபாயை அவரிடம் கொடுத்தபோது, இரண்டு மாத வாடகை கொடுத்த நிம்மதியும், கடன் வாங்கின காசுக்கான வட்டியும், மீதி பிரச்சனைகளுக்கான துக்கமும் ஒரு சேர வந்தது.

காலை எட்டரை மணியாயிருந்தது அப்போது. அவன் குளித்து துணி மாற்றிக்கொண்டு, காபி குடிக்காமல், சாப்பிடாமல், மனைவியிடம்

சொல்லிக் கொள்ளாமல், குழந்தைகளிடம் ஒரு புன்னகைகூட சிந்தாமல் வீட்டிலிருந்து வெளியே வந்தான்.

பத்தாக ஐந்து நிமிடம் இருந்தபோது அவன் ஆபிஸில் போய்ச் சேர்ந்து ரிஜிஸ்தரில் கையெழுத்திட்டான். பத்து பத்துக்கு அவனுக்கு ஒரு தொலைபேசி அழைப்பு வந்தது.

''ஹலோ உண்ணி இருக்காரா?''

''ஆமாம். உண்ணிதான் பேசறேன்''

''ம்... நான் ரவி பேசறேன்''

''அய்யோ! ரவி. நாளைக்கே நான் வந்து...''

''வேண்டாம் வேண்டாம். அப்படிப்பட்ட பெரிய உதவி எனக்கு நீ இனி செய்யவேண்டாம். மாசாமாசம் முன்னூற்றைம்பதோ, நானூறோ எவ்வளவு ஆகுதோ அதை என் சம்பளத்தில் பிடிக்கட்டும். வாடகை வீடும், மனைவியும் குழந்தைகளும் எனக்கும் இருக்காங்க. போகட்டும். யாரா இருந்தாலும் வாழ்க்கையில ஒருமுறைதான் தப்பு பண்ண முடியும். இது எனக்கொரு பாடம்தானே. ஜாமீனுக்கு வரச்சொல்லி இனி என்னைக் கூப்பிடமாட்டியே. எனக்கு அது போதும்''

அவன், உண்ணி என்ற உண்ணிக்கிருஷ்ணன் மீண்டும் சீட்டில் வந்து உட்கார்ந்தபோது முழுவதுமாக வியர்த்திருந்தான். கண்ணில்லாமல், காதில்லாமல் அவன் பத்து நிமிடம் அப்படியே உட்கார்ந்துவிட்டான். பிறகு தீர்மானமில்லாமல் எழுந்தான். ஒரு ஆட்டோ பிடித்து அவன் நேராக நியூலைன் கன்ஸ்ட்ரக்ஷனுக்குப் போனான். செம்பட்டையான ப்ரெஞ்சு தாடியும் நீளமான முடியும் வைத்திருந்த ஒரு இளைஞன் மட்டும்தான் அப்போது அங்கே இருந்தான். அவன் தலையைச் சாய்த்து அலட்சியப் பார்வை பார்த்து ஒரு சேரைக் காட்டி உட்காரச் சொன்னான்.

''ஒரு கட்டிடத்திற்கான ப்ளான் வேணுமே'' உட்காராமலே உண்ணி கிருஷ்ணன் பேச ஆரம்பித்தான்.

''என்ஜினியரும் ஆர்க்கிடெக்ட்டும் சைட்டுக்கு போயிருக்காங்க''

தலைநிமிராமல்தான் அவன் பதில் சொன்னான்.

''எப்ப வருவாங்க?''

''அதெல்லாம் எனக்குத் தெரியாது''

''அப்படின்னா...''

உண்ணிக் கிருஷ்ணன் திரும்பி விடுவதுபோல பாவனை செய்தான்.

''சாரோட் ப்ளாட் எங்க இருக்கு?'' அந்த வாலிபன் ஏனோ கேட்டும் விட்டான்.

''சிட்டி கிளப்புக்கு பக்கத்து ப்ளாட்''

''சைமன் சாருக்கும் ஷாஜிக்கும் தகராறில் இருந்த இடமா''

''அதேதான். கேஸ்ல ஷாஜி ஜெயிச்சிட்டார்''

''அப்படியா அது எனக்குத் தெரியாது. அதில் எத்தனை செண்ட் இருக்கு சார் உங்களுக்கு?''

''பதிமூனரை''

''ஓ... அவ்வளவு பெரிசா அந்த ப்ளாட்டு?''

''ஆமாம் ஆனா வெளியில இருந்து பாத்தா அப்படித் தெரியாது''

''சாரோட எஸ்டிமேட் எவ்வளவு அதுக்கு''

''15-ல் முடிக்கணும். கொஞ்சம் அதிகமானாலும் பரவாயில்லை''

''தென் ஆல்ரைட். இப்போ கொஞ்சம் பேர் இருக்காங்க ப்ரச்னை பண்றதுக்குன்னே'' இளைஞன் உஷாரானது உண்ணிக்குப் புரிந்தது. ''ஒன்றரை லட்சத்துக்கும் இரண்டு லட்சத்துக்கும் வீடு முடிக்கச்சொல்லி தொந்தரவு பண்றாங்க. அந்தமாதிரி பார்ட்டிகளை நாங்க எப்படியும் கழட்டி விட் டிடுவோம்''

''அட பின்ன என்ன? அவனுங்களை எல்லாம் எண்டர் பண்ண விட்டா ஹவ் கேன் யூ..?''

''அது மட்டுமில்ல சார். மூன்றரை செண்ட், நாலு செண்ட் வச்சிக்கிட்டுதான், இவனுங்க ப்ளானுக்கு அலைவானுங்க. ஒரு வீடுன்றது என்ன வெத்தலை பாக்குக் கடையோ, டீக்கடையோ வைக்கற மாதிரியான விஷயமா?''

142 பச்சை இருளனின் சகா பொந்தன்மாடன்

அவனும், உண்ணியும் குலுங்கி குலுங்கிச் சிரித்தார்கள். பிறகு உண்ணி வாட்சைப் பார்த்தான்.

''அப்ப இனி நான் வெயிட் பண்ண முடியாது. எனக்கு நேரமில்லை''

''வேண்டாம் சார். நீங்க காத்திருக்க வேண்டாம்''

''நீங்க ஃப்ரீயா இருக்கும்போது ஒரு ஃபோன் கால் மட்டும் பண்ணுங்க. உங்களோட தேவைகள் என்னன்னு டீட்டெயிலா சொல்லிட்டீங்கன்னா போதும். மீதி எல்லாம் நாங்க பாத்துக்கறோம்''

''சரி வரட்டுமா?''

உண்ணி கிருஷ்ணன் படியிறங்கி வெளியே வந்தான்.

ரோட்டில் வந்து நின்றபோது அவன் கண்ணில் முதலில் பட்டது எதிரில் இருக்கும் டெலிஃபோன் பூத்துதான். அங்கே போய் உண்ணி முதலில் க்ரீன்ஹில்ஸ் அப்பார்ட்மெண்ட்டுக்கு டயல் செய்தான்.

''ஹலோ'' முழக்கமான ஒரு ஆண்குரல் அந்தப் பக்கம் கேட்டது. குரல் கேட்டு முதலில் பதறிப்போனாலும், உண்ணியும் பிறகு அதே தொனியில் பேசினான்.

''அங்க ஃபஸ்ட் ஃப்ளோரில ஒரு அப்பார்ட்மெண்ட் காலியாயிருக்குன்னு கேள்விப்பட்டேனே''

''ஆமாம் கேள்விப்பட்டது உண்மைதான், இருக்கு''

''எவ்வளவு வாடகை?''

''மூவாயிரம்''

''டெப்பாசிட்''

''இரண்டு லட்சம்''

''சரி, நானிப்பவே அங்க வரேன். யாருக்கும் விட்டுவிட வேண்டாம் ப்ளீஸ்''

அங்கிருந்து உண்ணி நேராக ஒரு துணிக்கடைக்குப் போனான். அதிக நேரம் செலவிட்டு அப்படியும் இப்படியும் திரும்பிப் பார்த்த பிறகு,

கடைசியாக 20,000 ரூபாய் விலையில் ஒரு பட்டுப் புடவையைத் தேர்ந்தெடுத்து, சோர்ந்து போன குரலில் சேல்ஸ் கேர்ளிடம் சொன்னான்.

''இதைக் கொஞ்சம் தனியா எடுத்து வை. நான் இப்ப வந்திடறேன்''

தெருவில் நுரைத்து வழியும் ஜனக்கூட்டத்தில் குதித்து நீந்திக் காணாமல் போய் மீண்டும் உண்ணி அவதாரமெடுத்தது ஒரு புத்தகக் கடையாக இருந்தது.

எம்ப்ராய்டரி, சைனீஸ் குக்கிங், இன்டீரியர் டெக்ரேஷன், கம்ப்யூட்டர் சயின்ஸ், கார்டனிங், ஃபோட்டோகிராபி என எல்லா பிரிவு புத்தகங்களிலும் அதிக விலை உள்ளதாகவும், கலர் கலர் புகைப்படம் இருப்பதுமான புத்தகங்களை எல்லாம் எடுத்து வைத்துவிட்டு உண்ணி கடைக்காரரிடம் இப்படிச் சொன்னான்.

''பில் போட்டு வைங்க. நான் ஒரு காபி சாப்டுட்டு வரேன்''

அழகுப் பொருட்களும், பரிசுப் பொருட்களும் விற்கும் ஒரு இரண்டு அடுக்கு மாடிக் கட்டிடம்தான் அவனுடைய அடுத்த இலக்காக இருந்தது. சிறிதும் பெரிதுமாக, ஒரு நூறு பொருட்களையாவது பார்த்தபிறகு, திருப்தியின்மையை முகத்தில் தெளிவாய்ப் படரவிட்ட அவன் கடைசியில் ஒன்பதாயிரத்து ஐநூறு ரூபாய்க்கான ஒரு டின்னர் செட்டில்தான் திருப்தி அடைந்தான்.

''இதை நல்லா பேக் பண்ணி வைங்க சாயந்தரம் வரேன்''

மிக நீண்ட உரையாடல்களுடனான, இரண்டு ஃபோன்கால்கள் தான் உண்ணியின் அடுத்த திட்டம்.

முதலில் ஒரு ஸ்வீட் ஸ்டாலுக்கு போன் செய்தான்.

''நாலு கிலோ பானா அல்வா, ஒரு கிலோ ஃப்ளம் கேக், நூறு மட்டன் பப்ஸ், இரண்டு கிலோ சிப்ஸ். மூணு கிலோ பாதுஷா''

இத்தனை பொருட்களுக்கும் ஆர்டர் கொடுத்த உண்ணி, அரை மணி நேரத்தில் ஒரு பையனை அனுப்புவதாகவும், கொஞ்சம்கூடத் தாமதமாகக் கூடாது என்றும் உத்தரவு கொடுத்தான்.

அடுத்த அவனுடைய அழைப்பு, ஒரு ஷேர் வாங்கி விற்கும் ஸ்தாபனம். எங்கேஜ்டு டோன் வரும் ஒரு நெம்பரில் பேசத் தொடங்கினான்.

''ஹலோ ஸி.கே.யூ பேசறேன்...''

''கொஞ்சம்கூட நேரம் கிடைக்கல''

''நான் அதை விசாரித்தேன். குப்தாவோட டர்ன் ஓவர் ஏழு கோடி மட்டும்தான்''

''ஆமாம். ரொம்ப மோசமில்லை. பரவாயில்லை. ஆனாலும் சட்டுன்னு நான் அதில் இறங்கமாட்டேன்''

''நீனா சென்னோட நெலமையா. காலைல நான் பேசினேன். அவர் ரொம்ப புவர். கொஞ்சம்கூட தைரியமில்லை''

''சரி அதை நான் பாத்துக்கறேன்''

''க்ளப்புக்கு நான் இன்னும் போகலை. நாலைஞ்சு விசிட்டர்ஸ் வந்திட்டாங்க. அதனாலதான் போகமுடியல''

''இல்லை. பழைய கட்சி ஆளுங்க சிலர் வந்திருந்தாங்க. அப்புறம் ப்ளான்டேஷனில் ஒரு கை பார்க்கலாம்னு இருக்கேன்''

''அதா..? அது ஒரு டீ லாக்ஸில் இருந்து தொடங்கலாம்னு இருக்கேன். அதிலயும் கம்மியா எப்படி மாத்யுஸ் முடியும்?''

''ஓ.கே. ஓ.கே சரி நாளைக்கு சாயந்தரம் 6.30 மணிக்குப் பாக்கலாம்''

ஃபோன் பூத்தில் இருந்து இறங்கி நாலைந்து அடிகள் வைத்தபோது, ஏர்ப்போர்ட்டுக்கு போகும் டவுன் பஸ் ஒன்று பெரிய லாரியின் பின்னால் ஊர்ந்து ஊர்ந்து வந்துகொண்டிருந்தது.

அதில் அப்படியே குதித்து ஏறினான் உண்ணி. பெல் அடித்து பஸ்ஸை நிறுத்திய கண்டக்டர் ஒரே மூச்சில் நாலு கெட்ட வார்த்தைகளை அனாவசியமாய்ப் ப்ரயோகித்து ஓடி இவனிடம் வந்து கையை ஓங்கியபோது மற்ற பிரயாணிகள் நடுவில் வந்து தடுத்தார்கள். உண்ணியை எதிர்த்தும் ஆதரித்தும் பேச ஆட்கள் இருந்தார்கள்.

அப்போதெல்லாம் மிகக் கேவலமான ஒரு சிரிப்புடன் உண்ணி அமைதியாக இருந்தான். வாக்குவாதம் முடிந்தபோது கண்டக்டர் பெல்லடிக்க, பஸ் ஊர்ந்து நகரத் தொடங்கியது. மாலை ஐந்தரை மணியான போது பஸ் ஏர்ப்போர்ட்டில் நின்றது.

ஒரு விமானம் பறந்து கீழே ஊர்ந்து இறங்குவதையும், அரை மணி நேரத்திற்குப் பிறகு மற்றொரு விமானம் பறந்து மேலெழும்புவதையும் அவன் பார்த்துக்கொண்டு நின்றான். பிறகு எங்கென்றில்லாமல் கொஞ்ச நேரம் சுற்றி அலைந்த பின் கடைசியாக பீச்சுக்குப் போகும் சாலையில் நடக்கத் தொடங்கினான்.

ஆட்களின் சிரிப்பும் அமர்க்களமுமாக நிறைந்திருக்கும் கடற்கரையை தூரத்திலிருந்து பார்த்தபோது மனம் சந்தோஷத்தால் பித்துப் பிடித்து ஆடியது.

''கடலே என் கடலே'' என நிசப்தமாக கூவி அழைத்ததை அவனே ரசித்து ரசித்து சிரித்துக் கொண்டான். சுழன்று சுழன்று அடிக்கும் காற்றை எதிர்கொண்டு நேர் எதிரே நடக்கத் தொடங்கினான் உண்ணி.

கடற்கரையில் கூட்டமும், ஆர்ப்பரிப்பும் மிக அதிகமாக இருந்தது. அவரவர் பொருட்களை எப்படியும் விற்றுவிட, வியாபாரிகள் கடற்கரைக்கு வந்தவர்களிடம் பேசும் வியாபாரக் கூச்சல் எங்கும் நிறைந்திருந்தது. அலங்காரமாய் வந்திருக்கும் பெண்கள், மிகவும் லாவகத்துடன் துள்ளித் துள்ளி நடக்கும் இளவட்டங்கள், அலைகளில் ஓடி இறங்கியும் பின் பொங்கியும் ஆர்ப்பரிக்கும் குழந்தைகள், செல்வந்தர்களான ஆண்கள், இவர்களில் ஒருவரைக்கூட உண்ணிக் கிருஷ்ணன் ஒரு போதும் பார்த்ததில்லை.

ஒரு மாய உலகத்தில் எப்படியோ தன்னை யாரோ தூக்கிப் போட்டது போல மலைத்துப் போனான் அவன். ஒரு சிறிய அறிமுகம் உள்ள யாரையாவது பார்க்க மாட்டோமா என்ற ஆதங்கத்துடன் உண்ணி அங்கும் இங்கும் பல தடவை நடந்து பார்த்தான்.

இல்லை. இந்த ஜன சமுத்திரத்தில் தன் தாகம் தீர்க்கும் ஒரு உள்ளங்கை நீரைக்கூட அவனால் அள்ளிக் குடிக்க முடியவில்லை.

உப்புக் காற்றில் எரிச்சல் அடையத் தொடங்கியிருந்த கண்களால் தன் கால்விரல்களை மட்டும் பார்க்கும் சக்தியோடு அவன் திரும்பி நடக்கத் தயாரானான். அப்போதுதான் கனமான ஒரு கரம் அவனுடைய தோளை அழுத்தித் தடுமாறும் மனதைப் பிடித்து நிறுத்தியது.

''ஆஹா, பரவாயில்லையே சார், ஆபீஸ் விட்டு நேரா வீட்டுக்குப் போகாமல் பத்திருவது கிலோ மீட்டர் தாண்டி கடற்கரைக்குத் தனியா வரத் தோணியிருக்கே. அதுக்கெல்லாம் ஒரு மனசு வேணும் சார். இப்படி ஃப்ரியா வர புண்ணியம் பண்ணியிருக்கணும்''

தோளை அழுத்திப் பிடித்த சுலைமான், உண்ணி கிருஷ்ணனின் கண்களைக் குறும்பாய்ப் பார்த்துச் சிரித்தபடி சொன்னான்.

''சும்மா அப்படியே கௌம்பிட்டேன். கௌம்பினது நல்லதாய் போச்சு. உன்னைப் பார்க்கணும்னு நானே நெனச்சுக்கிட்டிருந்தேன் சுலைமான்''

''என்ன சார் விஷயம்?''

''வா விஷயமிருக்கு''

உண்ணிக் கிருஷ்ணன் சுலைமானின் கையைப் பிடித்து கடற்கரையில் ஈரமணிலிலிருந்து ஒதுங்கி நிற்கும் காற்றாடி மர நிழலுக்கு அழைத்துப் போனான். ஆறு வருடங்களுக்கு முன்புதான் சுலைமானின் பரிச்சயம் உண்ணிக்குக் கிடைத்தது. நாகரீகம் பயமுறுத்தும் நகரத்திற்கு பணி மாறுதல் கிடைத்த பதட்டத்தில் இருந்தான் உண்ணி. ஒரு வாடகை வீட்டிற்காகப் பைத்தியம்போல அலைந்து கொண்டிருந்த அவனை அன்று காப்பாற்றியது சுலைமான் தான்.

சின்னதாகச் சுத்தமில்லாத சூழலில் இருந்தாலும் உண்ணிக்கும் மனைவிக்கும், அப்போது இரண்டு வயதான தன் மகளுக்கும் ஒதுங்க, மழை நீர் தாங்கும், வெயில் வெக்கை தவிர்க்கும் ஒரு போர்ஷன் வீடாக இருந்தது அது. மாதம் முந்நூறு ரூபாய் வாடகைக்குப் பேசிச் சம்மதிக்க வைத்திருந்தான் சுலைமான். இன்னும் கூட உண்ணிக் கிருஷ்ணன் அதில்தான் தங்கியிருக்கிறான். இதனிடையில் மாத வாடகை அப்படியே இரண்டு மடங்கு ஆனாலும் அதை விட குறைந்த வாடகையில் ஒரு

தங்குமிடத்தைக் கண்டுபிடிக்க உண்ணிக் கிருஷ்ணனால் இப்போதும் முடியாது.

சுலைமானைப் பற்றி மோசமான தகவல்கள் எத்தனை கேள்விப்பட்டாலும், அவனால் இதுவரை தனக்கொரு நஷ்டமும் சங்கடமும் நேர்ந்ததில்லை என்பதில் தெளிவாக இருந்தான் உண்ணி. பரஸ்பரம் பார்ப்பதே அரிதாக இருந்தது. நிலம், வாடகை, வீடு, வாகனங்கள், ஈர்க்க வைக்கும் பேச்சு என சுலைமான் எப்போதும் பிஸியாகவே இருப்பான்.

''ஒரு வண்டி வேணும் சுலைமான்''

காற்றாடி மர நிழலில் வசதியாக உட்கார்ந்த அடுத்த நிமிடம் உண்ணி சொன்னான்.

''டூ வீலர்ஸ் செகண்ட் ஹேண்டுன்னா ரொம்பக் கஷ்டம் சார். லொட லொடன்னு சாதாரண வண்டிகள் நிறைய கிடைக்கும். அதை வச்சுக்கிட்டு நாம என்ன செய்யறது?''

''பைக்கோ, ஸ்கூட்டரோ எனக்கு வேண்டாம் சுலைமான்?''

''பின்னே?''

''எனக்கு ஒரு மாருதிதான் வேணும்''

''யாருக்கு சார் அது''

''என்ன இப்படிக் கேட்டுட்டே நீ...''

''ஓஹோ, அப்ப சாரும் என்னோட லைனுக்கு வரீங்களா? சரி, சரி. கடவுளின் அனுக்கிரகத்தால் என்னைக் கஷ்டத்தில் விட்டுடாதீங்க''

சுலைமான் வெடித்துச் சிரித்தான்.

உண்ணிக் கிருஷ்ணன் விளக்கிச் சொல்ல முயலும் முன்பாகவே மீண்டும் சுலைமான் சொன்னான்.

''தப்பில்லை சார். இந்தக் காலத்தில ஏதாவது ஒரு சைடு பிஸினஸ் இல்லன்னா யாராலயும் வாழமுடியாது''

''அதில்லை சுலைமான்''

''எனக்குப் புரியுது சார். உங்களுக்கு என்ன உதவி வேணும்னாலும் நான் செய்யறேன். அப்புறம் பிஸினஸ்ன்னு வந்திட்டதினால சொல்றேன். உங்களோட லாபத்தை முழுசா நீங்களே எடுத்துக்கோங்க. ஆனால் ரெண்டு காசு நமக்கும் வேணும்''

உண்ணி ஏதோ பேசத் தொடங்கும்போது சுலைமான் தொடர்ந்தான்.

''மாருதியா இருந்தா புது வண்டிதான் நல்லது. வண்டி எப்ப வேணும்னு சொல்லுங்க. நான் ஏற்பாடு பண்றேன''

''எவ்வளவு சீக்கிரம் முடியுமோ நல்லது சுலைமான்''

''சரி சார். பார்ட்டி யாருன்னு நான் உங்களை விசாரிக்கலை. வண்டியை உங்களிடம் ஒப்படைச்சிடறேன். அடுத்த புதன்கிழமை ஒரு வண்டி வருது. ஒரு காலேஜ் புரஃபஸர் வண்டிக்கான லோன் வாங்கி வைத்துக்கொண்டு எனக்குச் சொல்லி அனுப்பினார். அவருக்கு கொஞ்சம் சில்லரை தேவைப்படுது. நம்ம விஷயமும் முடியணும். ஆனால் ஒண்ணு...''

''என்ன சுலைமான் சொல்லு''

''ஒரு இடைஞ்சல் இருக்குது சார். அவருக்கு அவசரமா கொஞ்சம் பணம் கொடுக்க வேண்டியிருக்கும். எனக்கும் இந்த வாரம் கொஞ்சம் டைட்டு''

''எவ்வளவு வேண்டி வரும்?''

''அட்வான்ஸ் இப்போ ஒரு பத்தோ, பதினஞ்சோ தேவைப்படும் அதைவிடக் குறைவா நாம எப்படி கொடுக்கிறது?''

''ஹோ... இவ்வளவுதானா? நான்கூட என்னமோன்னு நெனச்சேன். அது ஒண்ணும் பிரச்சனை இல்லை எப்பக் கொடுக்கணும் அதை?''

''கையில் வச்சிருந்து லேட் பண்ணா பார்ட்டி நம்ம கைவிட்டுப் போயிடும். நாளைக்குச் சாயந்தரம் முடியுமா?''

''சரி. ஆபீஸ் விடற நேரத்துக்கு சுலைமான் அங்க வந்தாப் போதும்''

''சரி சார், மீதியை நாளைக்குப் பேசிக்கலாம''

வாட்சைப் பார்த்தபடி சுலைமான் எழுந்தான்.

வண்டியைப் பற்றி மேலும் மேலும் விரிவாய்ப் பேச உண்ணிக்கு மோகம் இருந்தது. ஆனால் சுலைமானை அப்படிக் கட்டுப்படுத்தி வைக்க முடியாது. அவனுடைய பழக்கமே இப்படித்தான். அவசியத்துக்கு மட்டுமே பேசுவான். அது முடிந்த உடன் அங்கிருந்து பறந்து போவான்.

சுலைமான் கண்ணிலிருந்து மறையும்வரை உண்ணி பார்த்துக் கொண்டேயிருந்தான். பிறகு கைகால்களை தளரவிட்டு, மல்லாந்து படுத்தான்.

சுற்றிலும் இருள் பரவின கடற்கரையில் சந்தடியே இல்லாமல் போனபோதுதான், அவன் கண்விழித்துப் பார்த்தான். அதுவரை வாழ்வின் அனேக நிகழ்வுகளை உயர்த்தியும், தாழ்த்தியும் மாற்றி மாற்றி யதார்த்தங்களைப் போல ஓடவிட்டு ரசித்துக் கொண்டிருந்தான்.

மூன்று மாதத்துக்கொருமுறை வெளிநாட்டுப் பயணம். வருஷத்துக்கொரு முறை ஏதாவது ஹாலிடே ரிசார்ட்டில் ஒரு வாரம் தங்குதல், கல்ஃப் நாடுகளுக்கு வாசனைப் பொருட்கள் அனுப்பும் பெரிய வியாபாரம், முன்னால் ஒரு டாபர்மேனுடன் காலையில் உற்சாகமானதொரு நடை, வீட்டு வாசலில் தாமரைப் பூக்கள் விரியும் சின்னக் குளத்தினருகில் நேர்த்தியாய் வளர்ந்திருக்கும் புல்த் தரையில் வாக்கிங் முடித்துவிட்டு வந்து ஓய்வெடுத்தல், சாயந்தரம் கொஞ்சம் டென்னிஸ் விளையாட்டு, அலங்கரிக்கப்பட்ட சாப்பாட்டு மேஜைகள், உறுத்தாத ஸ்டீரியோ சங்கீதம், இதமான நீல நிற வெளிச்சத்தில் நுரைத்துப் பொங்கி வழியும் ராத்திரிகள்...

சட்டென சாக்கடையில் இருந்து வரும் ஒரு அழுகிய மணமும், அசுத்த நீர் கலக்கும் ஆற்றங்கரை ஓரத்தின் கரிபிடித்த போர்ஷன் வீடும், அழுக்கேறிய, கசங்கிய வாயல் புடவை அணிந்த, வாழ்வின் சோகம் முழுக்க முகத்தில் ஏற்றி, வெளுத்து வெளிறிப்போன ஒரு பெண்ணும் உண்ணிக் கிருஷ்ணனின் ஞாபகத்தில் ஓடிப் புகுந்தாள். அப்போது பனிக்காற்று வீசும் மலைப் பாதையில் தனியனாய் நடந்து போகும் ஊர் சுற்றியைப்போல அவன் நடுங்கிப் போனான்.

பீச்சிலிருந்து, சிட்டிக்குப் போகும் கடைசி பஸ்ஸும் போயிருந்தது. மெயின் ரோடு வரை முக்கி, முனகி நடந்து அவன் ஒரு வாடகை டாக்ஸியை அழைத்தான்.

"எங்கே போகனும் சார்?"

பின் சீட்டுக்கு முகத்தைத் திரும்பிய டிரைவருக்கு ஒரு த்ரீ ஸ்டார் ஹோட்டலின் பெயரைச் சொன்னான்.

இருபத்தாறு கிலோ மீட்டர் தூரத்தை இருபத்தைந்து நிமிடத்தில் கடந்து வந்த கார், ஹோட்டலுக்குள்ளே உள்ள வளைவில் திரும்பும்போது உண்ணி சொன்னான்.

"போதும், இங்கேயே நிறுத்து"

"தாங்க் யு, குட்நைட்" காரில் இருந்து இறங்கி டிரைவரிடம் விடை பெற்றுக்கொண்ட உண்ணி அவசர அவசரமாய் நடக்கத் தொடங்கினான்.

பின்னாலேயே ஓடி வந்த டிரைவர், உண்ணியின் நெஞ்சில் கைவைத்துப் பிடித்தான். உதறிவிடவும், ஓடிப் போகவுமான அவனுடைய முயற்சிகள் ஜெயிக்கவில்லை. டிரைவரும் அப்போது அந்த வழியாக வந்த தடியான ஒரு ஆளும் சேர்த்துப் பிடித்து உண்ணியை டெலிஃபோன் கம்பத்தில் கட்டினார்கள். சத்தம் கேட்டு யார் யாரோ ஓடி வந்தபோது உண்ணிக் கிருஷ்ணன் தன் பெரிய வாயை அவர்களுக்கு நேராகத் திறந்து காண்பித்தான். அதில் ஈரேழு பதினாலு லோகங்களும் இருக்கிறது என்று அவன் தீர்மானமாக நம்பினான்.

தமிழ்ப் படைப்பாளிகள்

பாவண்ணன்

எந்தத் தொய்வுமின்றி நாற்பது வருடங்களாக தொடர்ந்து படைப்பு வெளியில் இயங்கி வரும் பாவண்ணன் 1958-ல் பாண்டிச்சேரிக்கும் விழுப்புரத்திற்கும் இடையே வில்லியனூரில் பிறந்தார்.

பதினாறு சிறுகதைத் தொகுப்புகள், மூன்று நாவல்கள், இரண்டு குறுநாவல்கள், பதினெட்டு கட்டுரைத் தொகுப்புகள், மூன்று குழந்தைப் பாடல்கள், பத்தொன்பது மொழி பெயர்ப்பு நூல்கள் என விரியும் அவரின் புத்தகங்களின் எண்ணிக்கை அவரின் தொடர் இயங்குதலுக்கான சான்று.

பெற்ற விருதுகளின் எண்ணிக்கையை வரிகளில் அடக்கிவிட முடியாது.

2002 இல் மொழிபெயர்ப்புக்காக (பருவம் நாவல் கன்னடத்திலிருந்து தமிழுக்கு) சாகித்ய அகாடமி விருது பெற்றவர்.

பேச : 044 - 9567476

ஜி. முருகன்

திருவண்ணாமலை மாவட்டம் மலைசூழ்ந்த கொட்டவூர் என்ற கிராமத்தைச் சேர்ந்த முருகன், தன் மின்னணுவியல் படிப்பிற்குப் பின் கோவையில் வேலை நிமித்தம் நான்காண்டுகள் தங்கியிருந்த போதுதான் நவீன இலக்கிய அறிமுகம் கிடைத்தது. மின்மினிகளின் கனவுக்காலம் நாவல் முதல் படைப்பாக வெளிவந்தது. இரண்டு நாவல்கள், நான்கு

சிறுகதைத் தொகுப்புகள், ஒரு கவிதைத் தொகுப்பு, ஒரு குறுநாவல், ஒரு கட்டுரைத் தொகுப்பு என இதுவரை ஒன்பது புத்தகங்கள் வெளிவந்துள்ளன.

தற்போது தினமணி நாளிதழின் தர்மபுரி பதிப்பில் சீனியர் சப் எடிட்டராக பணிபுரிகிறார்.

மின்னஞ்சல் : gmuruganjeeva@gmail.com

பேச : 9442215709

பாஸ்கர் சக்தி

தேனி மாவட்டம் வடபுதுப்பட்டி சொந்த ஊர். சட்டம் பயில சென்னை சென்று இலக்கியம் கற்று வந்தவர். இதுவரை ஐந்து சிறுகதைத் தொகுப்புகளும், ஒரு அனுபவக் கட்டுரைத் தொகுப்பும் வெளிவந்துள்ளன. ஒன்பது திரைப்படங்களுக்கு வசனம் எழுதியிருக்கிறார். பல புகழ்பெற்ற தொலைக்காட்சித் தொடர்களிலும் இவர் பங்களிப்பு உண்டு. தன் நண்பர் ஞாநியோடு இணைந்து கேணி எனும் பெயரில் தொடர்ந்து இலக்கியச் சந்திப்புகளை நிகழ்த்துகிறார்.

மின்னஞ்சல் : bhaskarwriter@gmail.com

பேச : 9444034932

எஸ். ராமகிருஷ்ணன்

''என் கதைகள் மிக ஆழமான வேதனையின் குறிப்புகள், எழுத்து என்பது ஓர் விருட்சத்தின் ஆழ்ந்த தியான நிலை போன்றது'' என்று சொல்லும் ராமகிருஷ்ணன் இதுவரை எட்டு நாவல்கள், பதினைந்து சிறுகதைத் தொகுப்புகள், நாற்பது கட்டுரைத் தொகுப்புகள், நான்கு மொழிபெயர்ப்பு நூல்கள், சினிமா பற்றிய பதினைந்து நூல்கள், சிறுவர் இலக்கியத்திற்கான பதினாறு நூல்கள், நான்கு நாடக புத்தகங்கள், இரண்டு நேர்காணல்கள், இரண்டு தொகுப்பு நூல்கள் என நீண்டுகொண்டே போகும் இப்பட்டியலில் அவர் வசனம் எழுதிய பதினைந்து திரைப்படங்களையும் சேர்த்துக்கொள்ளலாம். இவருடைய சிறுகதைகளிருந்து இதுவரை பதினான்கு கதைகள் குறும்படங்களாக ஆக்கப்பட்டிருக்கின்றன.

மலையாளம், கனடா, தெலுங்கு, பெங்காலி, இந்தி, ஆங்கிலம், ஜெர்மன், பிரெஞ்ச் ஆகிய மொழிகளில் அவர் கதைகள் மொழியாக்கம் செய்யப்பட்டிருக்கின்றன.

விருதுநகர் மாவட்டம் மல்லாங்கிணறு சொந்த ஊர்.

மின்னஞ்சல் : writerramki@gmail.com
பேச : 9444045947

பவாசெல்லதுரை

அப்பாவின் பணி காரணமாக திருவண்ணாமலை மாவட்ட கிராமங்களில் தன் இளம்பருவத்தைக் கொண்டாட்டமாய்க் கழித்த பவாசெல்லதுரை தற்போது நகரத்தில் வாழ நேர்ந்தாலும் தன் மன உலகிலிருந்து கருமியின் கைக் காசாய் கொஞ்சங் கொஞ்சமாய் வெளிக்கொண்டு வந்த படைப்புகளின் தொகுப்பாக அவருடைய முதல் சிறுகதை தொகுப்பு 'நட்சத்திரம் ஒளிந்துக் கொள்ளும் கருவறை' என வெளிவந்திருக்கிறது.

விளிம்புநிலை மனிதர்களின் வாழ்வின் பெருமிதத்தைக் கொண்டாடும் படைப்பாக இச்சிறுகதைத் தொகுப்பு (நட்சத்திரங்கள் ஒளிந்து கொள்ளும் கருவறை) பெரிதும் பேசப்படுகிறது. பல கல்லூரிகளிலும் இவருடைய கதைகள் பாடமாக வைக்கப்பட்டுள்ளன. ஒருநாவல், ஒரு கவிதைத் தொகுப்பு, இரண்டு சிறுகதைத் தொகுப்புகள், மூன்று கட்டுரைத் தொகுப்புகளெனத் என தன் படைப்புகளைக் குறைவாகவே தமிழுக்குத் தந்தாலும் அதன் ஆழத்தினூடே அடுத்த நூற்றாண்டுக்கு தன் காலடிகளைப் பதித்துப் போகிறார்.

ஆங்கிலம், ஹிந்தி, மலையாளம், தெலுங்கு, ஸ்பானிஷ், ஃபிரெஞ்சு உட்பட பல மொழிகளில் இக்கதைகள் மொழிபெயர்க்கப்பட்டுள்ளன.

தொகுப்பு வெளியான இரண்டு வருடங்களில் பல இலக்கிய விருதுகளைப் பெற்றுள்ளன.

சாகித்திய அகாடமியின் தமிழ் ஆலோசனைக் குழு உறுப்பினராக கடந்த 5 ஆண்டுகளாக பணிபுரிந்தவர்.

பவாவுடைய ஏழுமலை ஜமா, நட்சத்திரங்கள் ஒளிந்து கொள்ளும் கருவறை கதைகள் குறும்படமாகவும், 'பவா என்றொரு கதை சொல்லி' என்று அவரைப் பற்றிய ஆவணப்படமும் வெளிவந்திருக்கிறது. திரைப்படங்களில் நடிப்புத்துறையில் இப்போது முக்கியப் பங்காற்றி வருகிறார்.

மின்னஞ்சல் : bavachelladurai@gmail.com

பேச : 9443222997

ஜெயராணி

தன் 'ஜாதியற்றவளின் குரல்' கட்டுரைத் தொகுப்புக்காக கனடா இலக்கியத் தோட்ட விருது உட்பட பல விருதுகளைப் பெற்றவர். 'சில பூக்கள் உதிர்த்தன' 'சுவாசத்தின் நிறம்' போன்ற அபூர்வ கதைகளை எழுதியவர். கவிதைகள், சிறுகதைகள், கட்டுரைகள் எனத் தோன்றும்போது எழுதிச் செல்பவர்.

மின்னஞ்சல் : jeyaranimayil@gmail.com

கௌதம சித்தார்த்தன்

ஈரோடு மாவட்டம் கவுந்தபாடிச் சொந்த ஊராகக் கொண்ட கௌதம சித்தார்த்தன் தன் படைப்புகளில் பல சோதனை முயற்சிகளைத் தொடர்ந்து மேற்கொள்பவர்.

ஆறு சிறுகதைத் தொகுப்புகளும், ஒரு குறுநாவலும், ஏழு கட்டுரைத் தொகுப்புகளுமாக இதுவரை பதினான்கு புத்தகங்கள் வெளிவந்துள்ளன.

'கரிசல் விருது' 'கதா விருது' உட்பட பல விருதுகள் தன் படைப்புகளுக்கான சிறிய அங்கீகாரமாகக் கருதுகிறார்.

கையில் ஆறு திரைக்கதைகள் கொண்ட நூல் அச்சுக்குப் போக தயாராக உள்ளது.

'தினமலர்' நாளிதழில் சீனியர் சப் எடிட்டராக சென்னையில் பணி.

மின்னஞ்சல் : unnatham@gmail.com

பேச : 9894009601

மலையாளக் கதாகாரர்கள்

சி.வி.ஸ்ரீராமன்

கேரள சாகித்ய அகாடமி விருதினை இரண்டு முறை பெற்றவர். கேரளாவில் இருக்கும் மிக முக்கியமான எழுத்தாளர்களில் ஒருவர். கேரள சாகித்ய அகாடமியின் தலைவராக இருந்தவர். இவருடைய படைப்புகள் திரைப்படமாக வந்து பல விருதுகளை பெற்றிருக்கிறன. வாஸ்துஹாரா, ஸ்வரஸ்யதாரா, ஸ்ரீராமன் கதைகள் ஆகிய இவரது சிறுகதைத் தொகுதிகள் வெளிவந்துள்ளன. அரவிந்தன் இயக்கிய சிதம்பரம், பொந்தன்மாடன் பி.என்.பணிக்கர் இயக்கிய இரிக்கப்பிண்டம் போன்ற படங்களும் இவருடைய சிறுகதைகளே. வாஸ்துஹாரா என்ற இவரின் கதையும் படமாக வெளி வந்திருக்கிறது. ஷாஜி இயக்கிய பிறவி என்ற படத்தில் படகோட்டியாக இவர் நடித்திருக்கிறார். மத்திய சாகித்ய அகாடமியின் பரிசினைப் பெற்றவர்.

இவருடைய கதைகள் ஆங்கிலம், ஜெர்மனி போன்ற உலக மொழிகளிலும், ஹிந்தி, பெங்காலி, தமிழ், கன்னடம், தெலுங்கு, மராத்தி, ஒரியா போன்ற இந்திய மொழிகளிலும் மொழிபெயர்க்கப்பட்டுள்ளன.

கிரேஸி

கேரளாவில் மூவாட்டுபுழைக்கு அருகிலுள்ள மாறாடிதான் கிரேஸி பிறந்த ஊர். 1972-ல் எழுத ஆரம்பித்தவர் 1978 வரையிலும் எழுதிவிட்டு பின் ஏனோ மௌனமாகிவிட்டார். மிக நீண்ட இடைவெளிக்குப் பின்

1990-ல் எழுத வந்த அவரின் எழுத்து மிக வீரியமாக வெளிவந்தது. 1991, 1993, 1998 என 3 சிறுகதைத் தொகுப்புகள் வெளிவந்துள்ளன. 1995-ல் லலிதாம்பிகா அந்தர்ஜனம் நினைவுப் பரிசும், 1997இல் தோப்பில் ரவி விருதும் 1998 இல் 'கதா' விருதும், 2000 இல் கேரள சாகித்ய அகாடமி விருதும் பெற்றுள்ளார்.

ஹரிகுமார்

1962-இல் தன் முதல் கதை பிரசுரமானபோது ஹரிகுமாருக்கு வயது பத்தொன்பது. கேரளாவின் புகழ் பெற்ற கவிஞரான இடச்சேரி கோவிந்தன் நாயரின் மகன். குடும்பச் சூழலே பால்யத்திலிருந்து கதை, கவிதைகளில் பெரும் ஆர்வம் ஏற்படக் காரணமானது.

கனடாவில் ஓர் அரசகுமாரி என்று படைப்புக்காக கேரள அரசின் சாகித்ய அகாடெமி விருதும், 1997 இல் பத்மராஜன் விருதும், 1998 இல் நலெப்பட்டு விருதும் பெற்றவர். குற்ற உணர்வுள்ள மனசோடு வாழ நேர்ந்துள்ள சாபத்தை நவீன மனிதன் பெற்றுள்ளதைப் பின்னால் யாரோ ஒருவன், ஒரு கதை மாதிரியின்றி எச்சரிக்கையாகவே சொல்கிறது.

என்.எஸ்.மாதவன்

1948-ல் எர்ணாகுளத்தில் பிறந்தவர். கொச்சி மகாராஜாஸ் காலேஜ், திருவனந்தபுரம் மார் இவானியோஸ் காலேஜ், கேரள சர்வகலாசாலையில் பொருளாதாரப் படிப்பு என்று தொடர்ந்த கல்விக்கு, 1975-இல் ஐ.ஏ.எஸ். கிடைத்தது. கேரள அரசின் நிதித்துறையில் ஸ்பெஷல் செகரெட்டரியாகவும் பீகார் அரசில் உயர் பதவியிலும் இருந்தார்.

1970-இல் கல்லூரி மாணவர்களுக்கு மாத்ருபூமி நடத்திய சிறுகதைப் போட்டியில் இவரின் சிசு கதை முதல் பரிசு பெற்றது. ஹிக்விட்டா என்ற சிறுகதைத் தொகுதி 1993-இல் வெளிவந்தது. சென்ற நூறுவருடங்களின் சிறந்த பத்து கதைகளில் ஒன்றாக ஹிக்விட்டாவை மலையாள மனோரமா தேர்ந்தெடுத்தது.

1993 இல் பத்மராஜன் விருதும், 1994 இல் ஓடக்குழல் விருதும், 1995 களிலும் 2004 களிலும் இரண்டு முறை கேரள சாகித்ய அகாடமி விருது பெற்றிருக்கிறார்.

சூளைமேட்டின் சவங்கள், ஹிக்விக்டா, திருத்து, பரியாய கதைகள், நிலவிளி இவருடைய முக்கியமான சிறுகதைத் தொகுப்புகள்.

லந்தன் பத்தேரியிலே லுத்தினியாக்கள் இவருடைய குறிப்பிடத்தக்க நாவல்களில் ஒன்று. இது ஆங்கிலத்திலும் மொழிபெயர்க்கப்பட்டிருக்கிறது.

பத்மராஜன் பரிசு 1994-இல் ஹிக்விட்டாவுக்குக் கிடைத்தது. தற்போது பீகாரில் வசிக்கிறார்.

சாரா ஜோசப்

நவீன பெண்ணியவாதியான இவர் அடுக்களையைத் திருப்பிப் பிடிப்போம் என்ற கோஷத்தை முன்னிறுத்திப் போராட்டங்களை நடத்தியவர்.

கல்லூரிப் பேராசிரியராக இருந்தபோதும், கேரளாவின் மிக முக்கிய படைப்பாளியும் பெண்ணியவாதியுமாக இருக்கும் இவர் தன்னுடைய மிக முக்கியமான நாவலான 'ஆலாஹயுடே பெண் மக்கள்'க்காக கேரள சாகித்திய விருதும் மத்திய சாகித்ய அகாதமி விருதும் பெற்றவர். எட்டு சிறுகதைத் தொகுப்புகளும் ஏழு நாவல்களும் மலையாள இலக்கியத்திற்கு பங்களித்த சாரா, களப் போராளியாகவும் இருப்பதால் சமீபத்தில் ஆம் ஆத்மி கட்சியோடு இணைந்து அரசியலிலும் தடம் பதித்திருக்கிறார்.

பால் சக்காரியா

நவீன மலையாள இலக்கியத்தில் மிக முக்கியமானவர். சாகித்ய அகாடெமி உட்பட பல பரிசுகளைப் பெற்றவர். ஒருகதை மாதிரி இன்னொன்று இருக்கக்கூடாது என்பதில் பிடிவாதமாக, பல பரிசோதனை முயற்சிகளில் எழுதிப் பார்ப்பார். ஜான் ஆப்ரகாமின் நெருங்கிய சகா. இவருடைய கதை விதேயன் என்ற பெயரில் அடூர் கோபாலகிருஷ்ணன் இயக்கத்தில் வெளிவந்து தேசிய விருது பெற்றுள்ளது. ஆனாலும் அதிலெல்லாம் லயித்து விடாமல் சலாம் அமெரிக்கா, ப்ரைஸ் தி லார்ட்,

கன்யாகுமரி, இதுதான் என் பெயர், யார்க்கறியாம் போன்ற முக்கியத் தொகுதிகள் கேரளா மட்டுமின்றி இந்தியா முழுக்க பலமொழிகளில் மொழி பெயர்க்கப்பட்டுள்ளன. இவருடைய சிறுகதைத் தொகுப்புகள் தமிழில் வெளிவந்துள்ளன. The Refie of a Hen in Her Last Hour and Other Stories என்ற இவருடைய கதைகளின் ஆங்கில மொழி பெயர்ப்பு, பென்குவின் வெளியீடாக வந்துள்ளது.

கேரள சாகித்ய அகாடமி விருது, மத்திய சாகித்ய அகாதமி விருது, பத்மராஜன், விருது ஓ.வி.விஜயன் விருது, Indian Social Club Malayalam Wing விருது என கைகளில் கொள்ளாத விருதுகளைப் போலவே தன் படைப்புகள் மூலம் எப்போதும் சர்ச்சைக்குள்ளாகும் எழுத்தாளர். தனக்கு சரியெனப்பட்ட கருத்தை உரத்துச் சொல்ல எப்போதும் தயங்காத மன வலிமை கொண்ட படைப்பாளி.

என்.பிரபாகரன்

கேரளத்தின் மிக முக்கியமான நவீன எழுத்தாளர். சிறுகதை, நாவல், நாடகம் என எந்தத் துறையிலும் இவரின் பெயரைப் பயன்படுத்தாமல் நவீன மலையாள இலக்கிய வரலாறு முழுமை பெறாது.

தலச்சேரியில் வாழ்ந்தாலும் பிறப்பு கண்ணனூர் ஜில்லாவில் பரசினிகடலில் என்ற கிராமத்தில்தான். பல சிறுகதைத் தொகுப்புகளும், அதிசய வனங்கள் என்ற நாவலும், புலிஜென்மம், மரணக்கிணறு என்ற நாடகங்களின் தொகுப்பும் வெளிவந்திருக்கிறது.

1971-இம் மாத்ருபூமி பத்திரிகை வருடப்பிறப்பு சமயத்தில் நடத்திய சிறுகதைப் போட்டியில் ஓட்டயானென்டை பாப்பான் என்ற சிறுகதை முதல் பரிசு பெற்றது. புலி ஜென்மம் என்ற நாடகத்திற்கு 1987-இல் கேரள சங்கீத நாடக அகாடமியின் விருது கிடைத்தது.

1988-இல் செருகாடு விருது, கேரள சாகித்ய அகாடெமி விருது, பிக்மான் என்ற கதைக்கு 1994-இல் சிறந்த மலையாள சிறுகதைக்கான கதா அவார்டு (புது டெல்லி) 1996-இல் ராத்திரி மொழி என்ற கதைத் தொகுப்புக்கு கேரள சாகித்ய அகாடெமி பரிசும் பெற்றிருக்கிறார்.

பதினொரு சிறுகதைத் தொகுப்புகள் ஆறு நாவல்கள் நாடகங்கள், பயணக் கட்டுரைகள், திரைக்கதை, கட்டுரைத் தொகுப்புகள் என படைப்புகளால் மிக அதிகமாகப் பங்களித்தது போலவே விருதுகளையும் அள்ளிக் குவித்தவர்.

நன்றி

இந்தப் புத்தக உருவாக்கத்தில் எனக்குப் பெரிதும் உதவிய பவா, கருணா, கே.வி.ஜெயஸ்ரீ, சரவணன், மாதவி, தொகுப்புக்கு பெரிதும் உதவிய மொழிபெயர்ப்பாள நண்பர்களுக்கும், நான் கதை கேட்ட உடனேயே அனுப்பி உதவிய தமிழ் எழுத்தாள நண்பர்களுக்கும், நன்றி.